ഭാവനയുടെ ആൽബം

(ഹിന്ദികഥകൾ)

bhavanayude album
hindikadhakal

•

translated
c k krishnan

•

first edition
april 2012

•

typesetting
star communications, thiruvananthapuram

•

published
chintha publishers, thiruvananthapuram

•

cover
veecee abhilash

വിതരണം

ദേശാഭിമാനി ബുക്ക് ഹൗസ്

H O തിരുവനന്തപുരം–695 035
www.chinthapublishers.com
chinthapublishers@gmail.com

ബ്രാഞ്ചുകൾ

ഹെഡ്ഡാഫീസ് കുന്നുകുഴി • ഓവർബ്രിഡ്ജ് തിരുവനന്തപുരം • കെ എസ് ആർ ടി സി ബസ് സ്റ്റേഷൻ ആലപ്പുഴ • കെ എസ് ആർ ടി സി ബസ് സ്റ്റേഷൻ എറണാകുളം • മച്ചിങ്ങൽ ലെയ്ൻ തൃശൂർ • ഐ ജി റോഡ് കോഴിക്കോട് • കെ എസ് ആർ ടി സി ബസ് സ്റ്റേഷൻ കോഴിക്കോട് • എൻ ജി ഒ യൂണിയൻ ബിൽഡിങ് കണ്ണൂർ • സെൻട്രൽ ബസ് ടെർമിനൽ കോംപ്ലക്സ് താവക്കര കണ്ണൂർ

CO - 1726 / 2888

ഭാവനയുടെ ആൽബം
(ഹിന്ദികഥകൾ)

പരിഭാഷ:

സി കെ കൃഷ്ണൻ

ചിന്ത പബ്ലിഷേഴ്സ്
തിരുവനന്തപുരം-695 035
വില: ₹ 60

സി കെ കൃഷ്ണൻ

കോട്ടയം ജില്ലയിലെ ചെങ്ങളം വില്ലേജിൽ 1931 സെപ്തംബർ 14 ന് ജനിച്ചു. അച്ഛൻ കേശവൻ വൈദ്യർ. അമ്മ കൊച്ചുകുട്ടി. പ്രൈമറി വിദ്യാഭ്യാസത്തിനുശേഷം സംസ്കൃത പഠനം. ശാസ്ത്രി പരീക്ഷ (സംസ്കൃതം), ഹിന്ദി രാഷ്ട്രഭാഷാ വിശാരദ്, വിദ്വാൻ പരീക്ഷ എന്നിവ പാസായി.

കോഴിക്കോട് മലബാർ ക്രിസ്ത്യൻ കോളേജിലും ബി ഇ എം ഗേൾസ് ഹൈസ്കൂളിലും ഹിന്ദി അധ്യാപകനായിരുന്നു.

കൃതികൾ: *പാഞ്ചജന്യം* (ഗാന– കവിതാ സമാഹാരം) *ഹിന്ദി വ്യാകരൺ ഔർ അഭ്യാസ്* (വ്യാകരണ ഗ്രന്ഥം), *കളിയോടവും കാഞ്ചനത്തേരും, പന്ത്രണ്ട് സാരോപദേശ കഥകൾ* (ബാലസാഹിത്യം).

ഭാര്യ : ലക്ഷ്മിക്കുട്ടി (പരേത)

മക്കൾ : കെ ബീന (ജില്ലാ ലേബർ ഓഫീസർ, കൊല്ലം)
കെ ബാബുരാജ്
(ഡെപ്യൂട്ടി എഡിറ്റർ, *മാധ്യമം*, കോഴിക്കോട്)
കെ ബുജുബായ്
(അസി. മാനേജർ, അർബൻ ബാങ്ക് കൊട്ടാരക്കര)

വിലാസം : കേദാര
ചോയിക്കുട്ടി റോഡ് ജംഗ്ഷൻ
മക്കട പി ഒ,
കക്കോടി, കോഴിക്കോട്

ഉള്ളടക്കം

പ്രേംചന്ദ്

ഹിന്ദികഥകളുടെയും നോവലുകളുടെയും ലോകത്ത് പ്രേംചന്ദ് എന്നത് ശാശ്വതപ്രതിഷ്ഠ നേടിയ പേരാണ്. കഥാസാഹിത്യത്തിന് പ്രത്യേക സ്ഥാനം നേടിക്കൊടുത്ത എഴുത്തുകാരനാണദ്ദേഹം. ഇന്ത്യയിൽ പുരോഗമന സാഹിത്യം വേരൂന്നി വളർച്ച പ്രാപിക്കാൻ തുടങ്ങിയത് പ്രേംചന്ദിന്റെ കാലം മുതൽക്കാണ്. 1936 ൽ ലഖ്നോവിൽ വച്ച് പ്രേംചന്ദിന്റെ നേതൃത്വത്തിൽ നടന്ന ഭാരതീയ ഭാഷകളിലെ സാഹിത്യകാരന്മാരുടെ സമ്മേളനം പുരോഗമന സാഹിത്യത്തിനു തുടക്കം കുറിച്ചു. മിസ്റ്റിസിസം, സിംബോളിസം തുടങ്ങിയ രചനാ ശൈലികളുടെ കൂട്ടത്തിൽ ആദർശാത്മക യഥാതഥവാദത്തിന് സ്ഥാനം നേടിക്കൊടുത്തത് പ്രേംചന്ദാണ്.

പല സമാഹാരങ്ങളിലായി മുന്നൂറിൽപ്പരം കഥകളും *നിർമല സേവാസദൻ, പ്രേമാശ്രമ്, കായാകൽപ്പം* തുടങ്ങിയ അനവധി നോവലുകളും അദ്ദേഹത്തിന്റേതായി ഉണ്ട്. സ്കൂളിൽ വികൃതിക്കാരനും കുസൃതിക്കാരനുമായ ഒരു വിദ്യാർഥിമൂലം അധ്യാപകന് നേരിടേണ്ടിവന്ന പ്രയാസങ്ങളും ബുദ്ധിമുട്ടുകളും സഹിച്ചും സഹപ്രവർത്തകരുടെ അപ്രീതിയും ഏറ്റുവാങ്ങി സ്ഥലംമാറിപ്പോയ ഒരധ്യാപകന്റെ ജീവിതത്തിൽ വന്നുചേർന്ന മാറ്റങ്ങളും അതുപോലെതന്നെ ആ വിദ്യാർഥിയിൽ ഭാവിയിൽ ഉണ്ടായ ആശാവഹമായ പരിവർത്തനങ്ങളും മാനസികമായ പ്രേരണയുടെ ഫലമായുണ്ടായ പെരുമാറ്റങ്ങളും പിൽക്കാലത്ത് അധ്യാപകനോട് ഉണ്ടായ ആദരവും അവരുടെ പുനഃസമാഗമവും കഥാസന്ദർഭങ്ങളുടെ സജീവത നിലനിർത്തുന്നു.

1

പ്രേരണ

എന്റെ ക്ലാസിൽ സൂര്യപ്രകാശനെപ്പോലെ കുഴപ്പക്കാരനായ വേറൊരു കുട്ടി ഉണ്ടായിരുന്നില്ല. പത്തുവർഷത്തെ അധ്യാപന കാലത്തിനിടയിൽ ഒരിക്കലും ഇങ്ങനെയൊരു കുട്ടിയെ എനിക്ക് കാണാൻ കഴിഞ്ഞിട്ടില്ല. കാപട്യം നിറഞ്ഞ പ്രവൃത്തികളിലാണ് എപ്പോഴും സൂര്യപ്രകാശിന്റെ മനസ്സ് വ്യാപരിക്കുന്നത്. അധ്യാപകരെ പരിഹസിക്കുന്നതും വിറളി പിടിപ്പിക്കുന്നതും അതുപോലെ നല്ല പ്രയത്നശാലികളായ കുട്ടികളെ അലട്ടുന്നതും അവരെ കരയിക്കുന്നതുമൊക്കെ അവന് വളരെ രസമുള്ള കാര്യങ്ങളാണ്. അവൻ ചെയ്തുകൂട്ടുന്ന കുസൃതികളും കുരുക്കുകളും കണ്ടാൽ ആർക്കും ആശ്ചര്യം തോന്നും. ഇതിനുപറ്റിയ കൂട്ടുകാരെ കണ്ടുപിടിക്കുന്നതിനും അവന് നല്ല സാമർഥ്യമാണ്. കുട്ടികളുടെയിടയിൽ അടികലശലുണ്ടാക്കാൻപറ്റിയ ഒരു സൈന്യത്തെത്തന്നെ അവൻ ഒരുക്കിയെടുത്തിട്ടുണ്ട്. അവനെപ്പറ്റിയുള്ള ഭയത്തിന്റെ നിഴലിലാണ് സ്കൂളിന്റെ പ്രവർത്തനം നടന്നുപോന്നത്.

പ്രധാനാധ്യാപകന്റെ നിർദേശങ്ങളും ഉത്തരവുകളും അവഗണിക്കാനുള്ള ധൈര്യം സ്കൂളിൽ ആർക്കും ഉണ്ടായിരുന്നില്ല. അറ്റൻഡർമാരും മറ്റും അദ്ദേഹത്തെ കാണുമ്പോൾ തന്നെ വിറയ്ക്കാൻ തുടങ്ങും.

ഇൻസ്പെക്ടറുടെ പരിശോധന അടുത്ത ദിവസം നടക്കാൻ പോവുകയാണ്. നിർദിഷ്ട സമയത്തിന് അരമണിക്കൂർ മുൻപ് കുട്ടികൾ ക്ലാസുകളിൽ ഹാജരായിരിക്കണമെന്ന് പ്രിൻസിപ്പൽ പ്രത്യേകം നിർദേശം നൽകിയിരുന്നു. ഇൻസ്പെക്ഷൻ സംബന്ധിച്ചുള്ള ചില കാര്യങ്ങൾ അവർക്ക് പറഞ്ഞുകൊടുക്കുന്നതിനുവേണ്ടിയായിരുന്നു ഇത്.

ഇൻസ്പെക്ടർ നേരത്തെ സ്കൂളിൽ എത്തി. അദ്ദേഹം ആപ്പീസിൽ ഇരിക്കുകയാണ്. ക്ലാസുകളിൽ ഒരു കുട്ടിയെപ്പോലും കാണാനില്ല. പക്ഷിക്കൂട് തുറന്നുവിട്ടതുപോലെ പതിനൊന്ന് മണിക്കു മുമ്പ് എല്ലാ കുട്ടികളും ക്ലാസുകളിൽനിന്ന് പുറത്തേക്ക് ഇറങ്ങിപ്പോയി. ഇൻസ്പെക്ടർ പരിശോധനാ റിപ്പോർട്ടിൽ എഴുതി – "അച്ചടക്കം വളരെ മോശം."

പ്രിൻസിപ്പലിന് ഇത് വലിയ അപമാനമായി തോന്നി. അദ്ദേഹം അധ്യാപകരെ കുറ്റപ്പെടുത്തി. ഈ കുസൃതിത്തരങ്ങളെല്ലാം സൂര്യപ്രകാശ് ചെയ്തു കൂട്ടിയതായിരുന്നു. എന്നാൽ വളരെയെല്ലാം ചോദ്യം ചെയ്തിട്ടും ഒരു കുട്ടിപോലും സൂര്യപ്രകാശിന്റെ പേര് പറയാൻ കൂട്ടാക്കിയില്ല.

എന്റെ ക്ലാസ്സ് നടത്തിപ്പിൽ എനിക്ക് സ്വയം നല്ല മതിപ്പുണ്ടായിരുന്നു. ട്രെയിനിങ് കാലത്ത് ഡിസിപ്ലിന്റെ കാര്യത്തിൽ എനിക്ക് വലിയ പ്രശംസ ലഭിച്ചിട്ടുള്ളതാണ്. എന്നാൽ ഇവിടെ എന്റെ എല്ലാ സാമർഥ്യവും തുരുമ്പെടുത്തുപോയതു പോലെയായി. ഈ ചെകുത്താനെ എങ്ങനെ നേർവഴിക്ക് കൊണ്ടുവരാൻ കഴിയുമെന്നതിന് ഒരു രൂപവുമില്ല. പലതവണ അധ്യാപകർ യോഗം ചേർന്നു. എന്നാൽ ഈ കുരുക്ക് മാത്രം അഴിക്കാൻ കഴിഞ്ഞില്ല. സൂര്യപ്രകാശിന് പുതിയ എന്തെങ്കിലും ശിക്ഷ നൽകുന്നതിൽ എനിക്ക് താൽപ്പര്യമില്ലായിരുന്നു. പുതിയ അധ്യാപന വിധിപ്രകാരം അത് അനിവാര്യമല്ല. കൂടുതൽ ഉപചാരം ചിലപ്പോൾ രോഗം അസാധ്യമാക്കിത്തീർത്തേക്കാം എന്ന ഭയവുമുണ്ട്. സൂര്യപ്രകാശിനെ സ്കൂളിൽനിന്ന് ഡിസ്മിസ് ചെയ്യാനുള്ള പ്രമേയം വന്നു. എന്നാൽ അത് തങ്ങളുടെ കഴിവില്ലായ്മയാണ് തെളിയിക്കുക എന്നതുകൊണ്ട് ഞങ്ങൾ അതിനെ എതിർത്തു. പരിചയസമ്പന്നരും അധ്യാപന സിദ്ധാന്തങ്ങളിൽ പ്രഗത്ഭരുമായ ഇരുപത്തിരണ്ട് അധ്യാപകരുണ്ടായിട്ടും ആർക്കും തന്നെ പന്ത്രണ്ടോ പതിമൂന്നോ വയസുമാത്രമുള്ള കുസൃതിക്കാരനായ ഒരു വിദ്യാർഥിയെ നേർവഴിക്ക് കൊണ്ടുവരാൻ കഴിയുന്നില്ല. വളരെ കഷ്ടകരമായ അവസ്ഥ. ഇതിൽനിന്ന് എങ്ങനെ രക്ഷപ്പെടാം എന്നാണ് എല്ലാവരും ആലോചിച്ചത്.

ഈ വിഷയത്തിൽ ഞാനായിരുന്നു കൂടുതൽ വിഷമത്തിലായത്. കാരണം, സൂര്യപ്രകാശ് എന്റെ ക്ലാസിലെ വിദ്യാർഥിയാണ്. അവന്റെ കുസൃതിത്തരങ്ങളുടെ ദുഷ്ഫലങ്ങൾ എനിക്കും അനുഭവിക്കേണ്ടി വന്നിട്ടുണ്ട്. ഓരോ ദിവസവും എന്ത് ആപത്താണോ വരാൻ പോകുന്നത് എന്ന

ആശങ്കയോടെയാണ് സ്കൂളിൽ എത്തുന്നത്. ഒരു ദിവസം ക്ലാസിലെ കസേരയിൽ വന്നിരുന്ന് ഞാൻ മേശ തുറന്നപ്പോൾ അതിൽനിന്ന് വലിയൊരു തവള പുറത്തേക്ക് ചാടിപ്പോയി. ഞാൻ ഒരു ഞെട്ടലോടെ കസേരയുടെ പുറകിൽ ചെന്നു തട്ടി. ക്ലാസിൽ ആകെ ബഹളമായി. ഞാൻ കുറച്ചുനേരം ദേഷ്യത്തോടെ നോക്കിനിന്നു. അന്ന് ഒരു മണിക്കൂർ കുട്ടികളെ ഉപദേശിക്കുന്നതിനുവേണ്ടി ചെലവാക്കി. ഈ സമയം മുഴുവൻ ആ കുരുത്തംകെട്ടവൻ തല കുനിച്ചിരുന്ന് പുഞ്ചിരിക്കുകയായിരുന്നു. അവൻ എങ്ങനെയാണ് താഴത്തെ ക്ലാസിൽനിന്ന് ജയിച്ചു വന്നത് എന്ന കാര്യത്തിൽ എനിക്ക് അത്ഭുതം തോന്നി. ഒരു ദിവസം ദേഷ്യം സഹിക്കാതെ വന്നപ്പോൾ ഞാൻ അവനോട് പറഞ്ഞു: നീ ഒരിക്കലും എന്റെ ക്ലാസിൽ നിന്ന് ജയിച്ചു പോവുകയുണ്ടാകില്ല. ഇതു കേട്ട് സൂര്യപ്രകാശിന് ഒരു കുലുക്കവുമുണ്ടായില്ല. അവൻ എന്നോടു പറഞ്ഞു: ഞാൻ പാസാകുന്നതിനെപ്പറ്റി സാർ വിഷമിക്കണ്ട. ഞാൻ എപ്പോഴും പാസായിട്ടേയുള്ളു. ഇക്കുറിയും പാസാകും.

"അത് സംഭവിക്കാൻ പോകുന്നില്ല."

"സംഭവിക്കുകയില്ല എന്നു വിചാരിക്കുന്നതും ചിലപ്പോൾ സംഭവിക്കാറില്ലേ?" ഇതായിരുന്നു അവന്റെ മറുപടി.

ഞാൻ ആശ്ചര്യത്തോടെ അവന്റെ മുഖത്തു തന്നെ നോക്കി നിന്നുപോയി. ബുദ്ധിമാന്മാരായ കുട്ടികൾപോലും സ്വന്തം വിജയത്തെപ്പറ്റി ഇത്ര നിർവിവാദമായി അവകാശവാദം നടത്താറില്ല. ഒരുപക്ഷേ ഇവൻ ചോദ്യപേപ്പർ എങ്ങനെയെങ്കിലും കൈക്കലാക്കുന്നുണ്ടായിരിക്കും. ഞാൻ വിചാരിച്ചു. എന്നാൽ ഇത്തവണ അവന്റെ ഒരു തന്ത്രവും ഫലിക്കാൻ പോകുന്നില്ല. ഞാൻ തീർച്ചപ്പെടുത്തി. അവൻ എത്രകാലം ഈ ക്ലാസിൽത്തന്നെ കിടക്കുമെന്ന് കാണാമല്ലോ. സ്വയം പേടിച്ച് സ്കൂളിൽ നിന്നു തന്നെ ഇറങ്ങിപ്പൊയ്ക്കൊള്ളും.

വാർഷിക പരീക്ഷ നടക്കുമ്പോൾ ഞാൻ പ്രത്യേകം ശ്രദ്ധിച്ചിരുന്നു. എന്നാൽ സൂര്യപ്രകാശിന്റെ ഉത്തരക്കടലാസ് കണ്ടപ്പോൾ അത്ഭുതപ്പെട്ടുപോയി. എന്റെ രണ്ട് ചോദ്യക്കടലാസുകളാണുണ്ടായിരുന്നത്. ഒരു ചോദ്യത്തിനു പോലും അവന് ശരിയുത്തരം എഴുതാൻ കഴിയുകയില്ല എന്നായിരുന്നു ഞാൻ കരുതിയിരുന്നത്. എന്നാൽ രണ്ടിലും സൂര്യപ്രകാശ് ഒന്നാമതായിരിക്കുന്നു. അവന്റെ ഉത്തരക്കടലാസുകൾ ഞാൻ നല്ല വണ്ണം പരിശോധിച്ചു. എന്തെങ്കിലും സംശയം തോന്നത്തക്കവണ്ണം അക്ഷരങ്ങളിൽപ്പോലും ഒരു വ്യത്യാസവും കാണാനില്ല. ഞാൻ പ്രിൻസിപ്പലിനോട് വിവരം പറഞ്ഞു, അദ്ദേഹവും അത്ഭുതപ്പെട്ടു. എന്തോ തെറ്റു ചെയ്യുന്നു എന്ന ഭാവത്തിൽ അദ്ദേഹം കുറച്ചുനേരം നിശ്ശബ്ദനായി ചിന്തിച്ചുകൊണ്ടിരുന്നു. മറ്റ് അധ്യാപകർക്കൊന്നും സൂര്യപ്രകാശിന്റെ പേരിൽ ഒരു ചിന്തയും ഉള്ളതായി തോന്നിയില്ല. ഇത്തരം കുട്ടികൾ സ്കൂളിൽ വരുന്നതുതന്നെ അത്ര പുതിയ കാര്യമൊന്നുമല്ല എന്ന മട്ടായിരുന്നു അവർക്ക്. എന്നാൽ എനിക്ക് അത് ഒരു വികട സമസ്യതന്നെ ആയിരു

ന്നു. ഇങ്ങനെ തുടർന്നാൽ ഒരു ദിവസം ആ കുട്ടി വല്ല ജയിലിലോ ഭ്രാന്താലയത്തിലോ എത്തിച്ചേരും. എനിക്ക് തോന്നി.

ആ വർഷം എനിക്ക് സ്ഥലംമാറ്റമുണ്ടായി. ഇവിടുത്തെ കാലാവസ്ഥ എനിക്ക് വളരെ അനുകൂലമായിരുന്നു. പ്രിൻസിപ്പലും മറ്റ് അധ്യാപകരുമായി നല്ല ബന്ധം സ്ഥാപിക്കുവാൻ കഴിഞ്ഞിരുന്നു. എങ്കിലും ഞാൻ ഈ സ്ഥലമാറ്റമുണ്ടായതിൽ സന്തോഷിച്ചു. സൂര്യപ്രകാശ് ഇനി എന്റെ വഴിയിലെ മുള്ളായി വരികയില്ലല്ലോ.

കുട്ടികൾ എല്ലാവരുംകൂടി എനിക്ക് യാത്രയയപ്പ് സൽക്കാരം നൽകി. എല്ലാവരും എന്നെ യാത്രയാക്കാൻ റെയിൽവേസ്റ്റേഷനിൽ വന്നു. അവരുടെ കണ്ണുകൾ നിറഞ്ഞുതുളുമ്പുന്നുണ്ടായിരുന്നു. ഞാനും അവരുടെ മുമ്പിൽ സ്വയം കണ്ണുനീർ നിയന്ത്രിക്കാൻ വളരെ പണിപ്പെട്ടു. ഒരു ലക്ഷ്യവുമില്ലാതെ ഞാൻ ദൂരത്തേക്ക് നോക്കിനിന്നു. അവിടെ എല്ലാവരുടെയും പുറകിലായി സൂര്യപ്രകാശ് നിൽക്കുന്നത് ഞാൻ കണ്ടു. അവന്റെ കണ്ണുകളും ഈറനണിഞ്ഞിട്ടുള്ളതായി എനിക്കു തോന്നി. അടുത്ത് ചെന്ന് അവനോട് എന്തെങ്കിലും സംസാരിക്കണമെന്ന് എനിക്ക് ആഗ്രഹമുണ്ടായി. ഒരുപക്ഷേ, അവനും എന്നോട് എന്തെങ്കിലും പറയാൻ ആഗ്രഹിക്കുന്നുണ്ടായിരിക്കും. എന്നാൽ ഞാൻ അവനോടോ അവൻ എന്നോടോ ഒന്നും പറയുകയുണ്ടായില്ല. എന്റെ മനസിൽ ഈ ദുഃഖം വളരെ നാളത്തേക്ക് നിലനിന്നിരുന്നു.

അവന്റെ തെറ്റുകൾ എനിക്ക് ക്ഷമിക്കാവുന്നതായിരുന്നില്ലേ? എന്റെ ഈ അവബോധം അക്ഷന്തവ്യമായിരുന്നു. ആത്മഗ്ലാനിയും ദയനീയതയും നിറഞ്ഞു നിന്ന ആ സന്ദർഭത്തിൽ ഞാൻ അവനോട് നിഷ്കളങ്കമായി എന്തെങ്കിലും പറഞ്ഞിരുന്നെങ്കിൽ അത് അവന്റെ മനസിനെ ഏതെങ്കിലും തരത്തിൽ സ്വാധീനിക്കുമായിരുന്നിരിക്കാം. എന്നാൽ ഇത്തരം നഷ്ടമായിപ്പോകുന്ന അവസരങ്ങളാണല്ലോ ജീവിതം.

വണ്ടി മെല്ലെ നീങ്ങിത്തുടങ്ങി. കുട്ടികൾ പ്ലാറ്റ്ഫോമിന്റെ അറ്റംവരെ വണ്ടിയുടെ ഒപ്പം ഓടിവന്നു. ഞാൻ ജനൽവാതിലിൽകൂടി പുറത്തേക്ക് തലയിട്ട് അവരെ നോക്കിക്കൊണ്ടിരുന്നു. വണ്ടി കണ്ണിൽനിന്ന് മറയുന്നതുവരെ അവർ കൈലേസുകൾ വീശിക്കൊണ്ടിരുന്നു. ഇതിനിടെ ഒരു മെലിഞ്ഞ ആൾ പ്ലാറ്റ്ഫോമിൽ അനങ്ങാതെ ഒതുങ്ങി നിൽക്കുന്നതും ഞാൻ കണ്ടു. അത് സൂര്യപ്രകാശ് ആയിരിക്കുമെന്ന് ഞാൻ ഊഹിച്ചു. ആ സമയം എന്റെ ഹൃദയം ഒരു തടവുകാരനെപ്പോലെ വെറുപ്പിന്റെയും ആലസ്യത്തിന്റെയും കെട്ടുപൊട്ടിച്ചുചെന്ന് അവനെ ആശ്ലേഷിക്കാൻ പിടഞ്ഞുകൊണ്ടിരുന്നു.

പുതിയ സ്ഥലത്തെ പുതിയ അന്തരീക്ഷം എന്നെ വളരെ ആകർഷിച്ചു. എങ്കിലും കഴിഞ്ഞ കാലത്തെപ്പറ്റിയുള്ള ഓർമകൾ ശോകഭാവംപൂണ്ട് എന്നെ ചൂഴ്ന്നുനിന്നു. ആരുടെയും ഒരു കത്ത് വന്നില്ല. ഞാനും ആർക്കും കത്തെഴുതിയില്ല. ഒരുപക്ഷേ ലോകത്തിന്റെ സ്വഭാവമായിരിക്കാം ഇത്. മഴകഴിഞ്ഞ് ഉണ്ടാകുന്ന പച്ചപ്പ് ഭൂമിയിൽ എത്രകാലം നിൽക്കും?

ഭാഗ്യവശാൽ എനിക്ക് ഇംഗ്ലണ്ടിൽപ്പോയി ഉപരിപഠനം നടത്താനുള്ള അവസരം ലഭിച്ചു. മൂന്നുവർഷം അവിടെ കഴിച്ചുകൂട്ടി മടങ്ങി വന്നപ്പോൾ എന്നെ പ്രിൻസിപ്പലായി നിയമിച്ചു. ഇത് എന്റെ മോഹങ്ങൾക്ക് അപ്പുറത്തായിരുന്നു. എന്റെ സങ്കൽപ്പങ്ങൾ സ്വപ്നത്തിൽപ്പോലും ഇത്ര ദൂരം സഞ്ചരിച്ചിട്ടില്ല.

എന്നാൽ പുതിയ സ്ഥാനലബ്ധിയോടെ ഇതിലും ഉയരങ്ങളിൽ എത്തിച്ചേരണമെന്ന മോഹവും ഉണ്ടായിരുന്നു. വിദ്യാഭ്യാസമന്ത്രിയുമായി അടുപ്പം സ്ഥാപിച്ചു. മന്ത്രിക്ക് എന്റെ പേരിൽ താൽപ്പര്യവും മതിപ്പും ഉണ്ടായി. വാസ്തവത്തിൽ അദ്ദേഹത്തിന് വിദ്യാഭ്യാസത്തിന്റെ മൗലിക സിദ്ധാന്തങ്ങളോ തത്വങ്ങളോ ഒന്നും അറിയില്ലായിരുന്നു. എന്നെ പരിചയപ്പെട്ടതോടെ അദ്ദേഹം തന്റെ വകുപ്പിന്റെ ഭാരം മുഴുവൻ എന്റെ തലയിൽ വച്ചു തന്നു. മന്ത്രി കുതിരപ്പുറത്ത് യാത്ര ചെയ്യുമ്പോൾ കുതിരയുടെ കടിഞ്ഞാൺ എന്റെ കൈവശമായിരിക്കും ഉണ്ടാവുക. ഇതിന്റെ ഫലമായി അദ്ദേഹത്തിന്റെ രാഷ്ട്രീയ എതിരാളികളോട് എനിക്കും എതിർപ്പ് കാണിക്കേണ്ടി വന്നിട്ടുണ്ട്. എന്റെ പേരിൽ സ്ഥാനത്തും അസ്ഥാനത്തും ആരോപണങ്ങളും അക്രമങ്ങളും തുടങ്ങി.

സൈദ്ധാന്തികമായി ഞാൻ നിർബന്ധിത വിദ്യാഭ്യാസത്തിന് എതിരായിരുന്നു. ഓരോരുത്തർക്കും അവനവന് ഇഷ്ടമുള്ള വിഷയങ്ങൾ പഠിക്കുന്നതിനുള്ള സ്വാതന്ത്ര്യം വേണമെന്നായിരുന്നു എന്റെ അഭിപ്രായം. യൂറോപ്പിൽ നിർബന്ധിത വിദ്യാഭ്യാസം ആവശ്യമുണ്ട്. എന്നാൽ ഇന്ത്യയിൽ അതിന്റെ ആവശ്യമില്ല. ഭൗതികതയാണ് പാശ്ചാത്യ സംസ്കാരത്തിന്റെ അടിസ്ഥാന തത്വം. അവിടെ കൂടുതൽ ലാഭം നോക്കിയാണ് ഓരോ കാര്യത്തിനും പ്രാധാന്യം നൽകുന്നത്. അവിടെ ജീവിതാവശ്യങ്ങൾ ഏറെയാണ്. അതുകൊണ്ടുതന്നെ ജീവിതയോധനങ്ങൾ കൂടുതൽ ഭീഷണമായിരിക്കും. മാതാപിതാക്കൾ സുഖഭോഗങ്ങൾക്ക് അടിമകളായി കുട്ടികളെ കഴിയുന്നത്ര വേഗം സമ്പാദ്യശീലമുള്ളവരാക്കാൻ നിർബന്ധിക്കുന്നു. ഭാരതീയ ജീവിതത്തിലാണെങ്കിൽ സാത്വികതയും ലാളിത്യവുമാണ് പ്രധാനം. ചുറ്റുപാടുകൾ അത്രമേൽ സമ്മർദം ചെലുത്തുന്നതുവരെ ഇവിടെ കുട്ടികളെകൊണ്ട് ജോലി ചെയ്യിക്കാറില്ല. ഏറ്റവും ദരിദ്രനായ ഒരു ഭാരതീയ തൊഴിലാളിപോലും വിദ്യാഭ്യാസത്തിന്റെ പ്രയോജനം അംഗീകരിക്കുന്നു. അധികാരമുള്ള പദവികൾ ലഭിക്കുന്നതിനെക്കാൾ കുട്ടികൾ നാലക്ഷരം പഠിച്ച് നന്നാകട്ടെ എന്നാണവർ ആഗ്രഹിക്കുന്നത്. അറിവ് മനുഷ്യനിലെ അലങ്കാരമാണ്. ഇത് മനസിലാക്കിക്കൊണ്ടുതന്നെ ഒരാൾ തന്റെ കുട്ടിയെ സ്കൂളിൽ വിട്ടില്ലെങ്കിൽ അയാൾ അതിന് നിർബന്ധിതനായിട്ടാണെന്ന് മനസിലാക്കണം. ഈ അവസ്ഥയിൽ അയാളുടെ മേൽ നിയമം നടപ്പാക്കുന്നത് എന്റെ അഭിപ്രായത്തിൽ ന്യായയുക്തമല്ല.

എന്നാൽ നമ്മുടെനാട്ടിൽ യോഗ്യത നേടിയിട്ടുള്ള അധ്യാപകർ വളരെ കുറവാണ്. അർധശിക്ഷിതരും അൽപ്പവേതനം പറ്റുന്നവരുമായ

അധ്യാപകരിൽനിന്ന് ഉന്നതാദർശങ്ങളൊന്നും പ്രതീക്ഷിച്ചിട്ടു കാര്യമില്ല. നാലഞ്ചു വർഷംകൊണ്ടാണ് കുട്ടികൾ അക്ഷരജ്ഞാനമുള്ളവരായിത്തീരുന്നത്. മല തുരന്ന് എലിയെ പുറത്ത് ചാടിക്കുന്നതിനു തുല്യമായ പ്രവൃത്തിയാണത്. എന്നാൽ ഇതേകാര്യം പ്രായമായികഴിഞ്ഞാൽ ഒരു മാസംകൊണ്ട് സാധിക്കാവുന്നതുമാണ്. ഒരാൾ യൗവനകാലത്ത് ഒരു മാസംകൊണ്ട് സമ്പാദിക്കുന്ന അറിവ് ബാല്യകാലത്ത് മൂന്നുവർഷംകൊണ്ടുപോലും സാധിക്കുകയില്ല എന്ന് എനിക്ക് അനുഭവത്തിൽനിന്ന് പറയാൻ കഴിയും. അപ്പോൾ കുട്ടികളെ ക്ലാസ്മുറികളിൽ തടവുകാരാക്കിയിടുന്നതുകൊണ്ട് എന്തുകാര്യം?

സ്കൂളിനു പുറത്താണെങ്കിൽ ശുദ്ധവായുവെങ്കിലും ലഭിക്കും. പ്രകൃതിയെപ്പറ്റിയുള്ള അനുഭവ ജ്ഞാനവും ഉണ്ടാകും. പള്ളിക്കൂടത്തിൽ കെട്ടിയിട്ട് അവരുടെ മാനസികവും ശാരീരികവുമായ വ്യവസ്ഥയുടെ വേരറുക്കുകയല്ലേ നാം ചെയ്യുന്നത്? അതുകൊണ്ട് പ്രാദേശിക നിയമനിർമാണ സഭയിൽ നിർബന്ധിത വിദ്യാഭ്യാസ പ്രമേയം വന്നപ്പോൾ എന്റെ പ്രേരണകൊണ്ട് മന്ത്രി അതിനെ എതിർത്തു. പ്രമേയം പരാജയപ്പെടുകയും ചെയ്തു.

പിന്നീടുണ്ടായതൊന്നും പറയാതിരിക്കുകയാണ് ഭേദം. മന്ത്രിയും ഞാനും തമ്മിൽ വാക്കുതർക്കമുണ്ടായി. പരസ്പരം ആക്ഷേപങ്ങൾ ചൊരിയാൻ തുടങ്ങി. ചുരുക്കത്തിൽ എല്ലാ കുറ്റങ്ങളും എന്റേതുമാത്രമായി. ദേശദ്രോഹി, പുരോഗമനവിരോധി, ഉദ്യോഗസ്ഥഭരണത്തിന്റെ അടിമ എന്നൊക്കെ എന്നെപ്പറ്റി ആക്ഷേപിച്ചു പറഞ്ഞു. കോളേജിൽ എന്തെങ്കിലും ചെറിയൊരു പ്രശ്നമുണ്ടായാൽപ്പോലും കൗൺസിൽ എന്റെ മേൽ പഴിചാരാൻ തുടങ്ങി. ഞാൻ ഒരു പ്യൂണിനെ കോളേജിൽ നിന്ന് ഒഴിവാക്കി. കൗൺസിലർമാർ ഒന്നടക്കം എന്റെ പിന്നാലെ കൂടി. ഒടുവിൽ നിവർത്തിയില്ലാതെ വന്നപ്പോൾ അയാളെ തിരിച്ചെടുക്കേണ്ടി വന്നു. ഇത് എനിക്ക് ഏറെ അപമാനകരമായിത്തീർന്നു. എനിക്ക് അത് സഹിക്കാൻ കഴിയുമായിരുന്നില്ല. കോളേജിലെ ഇത്തരം ചുറ്റുപാടുകളിൽ ജോലി ചെയ്യുന്നത് എനിക്ക് അസാധ്യമായി തോന്നി. കോളേജിന്റെ ആഭ്യന്തര കാര്യങ്ങളിൽപ്പോലും എനിക്ക് ഒരധികാരവും ഇല്ലാത്ത മട്ടായി. ഇന്ന അധ്യാപകനെ എന്തുകൊണ്ട് പരീക്ഷാ ഡ്യൂട്ടിക്ക് അയച്ചില്ല, ഇന്നയാളിനു പകരം മറ്റൊരാൾക്ക് എന്തുകൊണ്ട് സ്കോളർഷിപ്പ് കൊടുത്തില്ല, ഇന്ന അധ്യാപകന് എന്തുകൊണ്ട് ക്ലാസ്ചാർജ് നൽകിയില്ല എന്നു തുടങ്ങി ഒരു അടിസ്ഥാനവുമില്ലാത്ത അനവധി ആരോപണങ്ങളും ആക്ഷേപങ്ങളും എന്നെ ശല്യപ്പെടുത്തിക്കൊണ്ടിരിന്നു. ഇത് എന്റെ നടുവ് ഒടിച്ചുകളഞ്ഞു. ഒടുവിൽ ഞാൻ ജോലി രാജിവെച്ചു.

മന്ത്രി ഈ വിഷയത്തിൽ ന്യായമായി പെരുമാറും എന്ന് ഞാൻ പ്രതീക്ഷിച്ചു. എന്നാൽ ന്യായത്തിനുപകരം നീതിക്കാണ് അദ്ദേഹം മുൻതൂക്കം നൽകിയത്. അദ്ദേഹം എന്നെ സർവീസിൽനിന്ന് പിരിച്ചുവിട്ടു. ഇത്ര ക്രൂരമായ ഒരനുഭവം എനിക്ക് ഇതിനുമുമ്പ് ഉണ്ടായിട്ടേയില്ല.

എന്റെ ഗൃഹസ്ഥിതിതന്നെ മോശപ്പെട്ട കാലമായിരുന്നു. ആയിടയ്ക്കാണ് എന്റെ ഭാര്യ എന്നെ വിട്ടുപോയത്. അവസാനനിമിഷം ഒരു നോക്ക് കാണാൻപോലും കഴിഞ്ഞില്ല. ഞാൻ സന്ധ്യയ്ക്ക് പുഴക്കരയിൽ നടക്കാൻ പോയതായിരുന്നു. മടങ്ങിവന്നപ്പോൾ അവളുടെ ശവശരീരമാണ് കാണാൻ കഴിഞ്ഞത്. ഹൃദയാഘാതമായിരുന്നിരിക്കാം. ഈ ആഘാതം എന്നെ വല്ലാതെ തളർത്തിക്കളഞ്ഞു. അവളുടെ അനുഗ്രഹം കൊണ്ട് വലിയ മഹാന്മാരായിത്തീർന്നവരുണ്ട്. ഞാൻ എന്തെങ്കിലും ആയിത്തീർന്നിട്ടുണ്ടെങ്കിൽ അത് എന്റെ ഭാര്യയുടെ സന്തോഷവും ആശീർവാദവുംകൊണ്ടു മാത്രമാണ്. അവൾ എന്റെ ഭാഗ്യവിധാത്രയായിരുന്നു. എന്തൊരു ത്യാഗം!....... എന്തൊരു ധൈര്യം! വാക്കുകളിൽ ഒരിക്കലും ഒരു തീക്ഷ്ണത അനുഭവപ്പെട്ടിട്ടേയില്ല. ഞാൻ ഒരിക്കലും അവളുടെ പുരികം ചുളിഞ്ഞു കണ്ടിട്ടില്ല. അവൾക്ക് നിരാശ എന്നൊന്ന് ഇല്ലായിരുന്നു. ഞാൻ പലപ്പോഴും ശക്തിയായ രോഗം ബാധിച്ച് കിടപ്പിലായിട്ടുണ്ട്. വൈദ്യന്മാർപോലും നിരാശരായിത്തീർന്ന അവസരങ്ങളിൽ അവൾ ധൈര്യവും മനശ്ശാന്തിയും കൈവിടാതെ നിന്നു. ഭർത്താവ് ജീവിച്ചിരിക്കെതന്നെ മരിക്കുമെന്ന വിശ്വാസമായിരുന്നു അവൾക്ക്. അവൾ ജയിച്ചു. എന്റെ ജീവിതത്തിൽ എന്നും അവൾ ഒരു താങ്ങായിരുന്നു. ആശ്രയമറ്റ എനിക്കിനി ജീവിതമെവിടെ? ഞാനാകെ തളർന്നു. ഭക്ഷണം കഴിക്കുകയും ഉറങ്ങുകയും ചെയ്യുന്നതു മാത്രമല്ലല്ലോ ജീവിതം! എപ്പോഴും മുന്നോട്ടു പോകുന്നതിനുള്ള ത്വരയാണ് ജീവിതം. അത് എനിക്ക് നഷ്ടമായി. ലോകത്തോടുതന്നെ വിരക്തി തോന്നി. ഏകാന്തവാസിയായി കഴിയാമെന്നു കരുതി ഒരു ചെറിയ ഗ്രാമത്തിൽ എത്തി. നാലുഭാഗവും കുന്നുകൾ. ഒരു ഭാഗത്ത് ഗംഗാനദി ഒഴുകുന്നു. ഞാൻ അവിടെ ഒരു ചെറിയ വീട് പണികഴിപ്പിച്ചു താമസമാക്കി.

എന്തെങ്കിലും ചെയ്തുകൊണ്ടിരിക്കുന്ന ശീലം മനുഷ്യസഹജമാണ്. ഒരു തൊഴിലുമില്ലാതെ എങ്ങനെ ജീവിച്ചുപോകും? ഞാൻ ചെറിയൊരു പാഠശാല തുടങ്ങി, ഒരു വൃക്ഷത്തിന്റെ തണലിൽ ഗ്രാമത്തിൽ നിന്ന് കുറെ കുട്ടികളെ വിളിച്ചുകൊണ്ടുവന്ന് അവരെ പഠിപ്പിക്കാൻ തുടങ്ങി. ചുരുങ്ങിയ ദിവസങ്ങൾക്കുള്ളിൽ പാഠശാല പ്രശസ്തിയാർജ്ജിച്ചു. അടുത്ത ഗ്രാമത്തിൽനിന്നുപോലും കുട്ടികൾ പഠിക്കാനായി വരാൻ തുടങ്ങി.

ഒരുദിവസം രാവിലെ ഞാൻ കുട്ടികളെ പഠിപ്പിച്ചുകൊണ്ടിരിക്കുകയായിരുന്നു. പാഠശാലയുടെ മുമ്പിൽ ഒരു മോട്ടാർകാർ വന്നുനിന്നു. കാറിൽനിന്ന് ജില്ലയിലെ ഡപ്യൂട്ടി കമ്മീഷണർ ഇറങ്ങിവന്നു. ഞാൻ ധോത്തിയും കുപ്പായവും മാത്രമേ ധരിച്ചിരുന്നുള്ളൂ. ഈ വേഷത്തിൽ ഒരു മേലധികാരിയെ കാണുവാൻ എനിക്ക് മടി തോന്നി. ഡപ്യൂട്ടി കമ്മീഷണർ നേരെ എന്റെ അടുത്തേക്കാണു വന്നത്. ഞാൻ സങ്കോചത്തോടെ അദ്ദേഹത്തിന്റെ നേരെ കൈനീട്ടി. അദ്ദേഹം കൈതരുന്നതിനു പകരം തലകുനിച്ച് എന്റെ പാദങ്ങളിൽ വന്ദിക്കുകയാണ് ചെയ്തത്. ഞാനാകെ

അമ്പരന്നുപോയി. വായിൽനിന്ന് ഒരക്ഷരം പുറത്തേക്ക് വരുന്നില്ല.

എനിക്ക് ഇംഗ്ലീഷ് നല്ലവണ്ണം എഴുതാൻ അറിയാം. തത്വശാസ്ത്രത്തിൽ ഉന്നത ബിരുദമുണ്ട്. നല്ലവണ്ണം പ്രസംഗിക്കുകയും ചെയ്യും. എന്നാൽ ഇതൊന്നും ഇതുപോലെ ആദരവിനു പാത്രീഭൂതമായ വിഷയങ്ങളല്ല. ആദരവ് ജ്ഞാനികൾക്കും മഹർഷിമാർക്കും അവകാശപ്പെട്ടതാണ്. ഞാനൊരു ബ്രാഹ്മണനായിരുന്നെങ്കിൽ കാര്യമായിരുന്നു. എന്നാൽ ഒരു സിവിലിയൻ ബ്രാഹ്മണന്റെ പാദങ്ങളിലാണെങ്കിലും ശിരസ്സ് കുനിക്കുന്നത് ചിന്തനീയമായ കാര്യം തന്നെ.

ഞാൻ ആശ്ചര്യഭരിതനായി നിൽകെ കമ്മീഷണർ ശിരസുയർത്തി എന്റെ മുഖത്തേക്ക് നോക്കി. അദ്ദേഹം എന്നോടുപറഞ്ഞു:

"അങ്ങേക്ക് ഒരുപക്ഷേ എന്നെ മനസിലായിരിക്കുകയില്ല."

പെട്ടെന്ന് എന്റെ ഓർമയുടെ കണ്ണുകൾ തുറന്നു കിട്ടി. ഞാൻ മടിച്ച് മടിച്ച് ചോദിച്ചു: "പേര് സൂര്യപ്രകാശ് എന്നല്ലേ?"

"അതെ, ഞാൻ അങ്ങയുടെ ഭാഗ്യഹീനനായ ആ ശിക്ഷ്യനാണ്. പന്ത്രണ്ട് വർഷം കഴിഞ്ഞു. അധ്യാപകന്മാർ കുട്ടികളെ മറുന്നുപോയെന്നുവരും.

എന്നാൽ കുട്ടികൾ എന്നും അവരെ ഓർക്കും?" ഇതുപറഞ്ഞ് സൂര്യപ്രകാശ് പുഞ്ചിരിച്ചു.

"കുട്ടികളെ അങ്ങനെയങ്ങ് മറക്കുക സാധ്യമല്ലല്ലോ" ഞാൻ തെല്ല് വിനോദഭാവത്തിൽ പറഞ്ഞു.

"അന്നത്തെ തെറ്റുകൾക്ക് മാപ്പിരക്കാനായിട്ടാണ് ഞാൻ വന്നത്." സൂര്യപ്രകാശ് വിനയത്തോടെ പറഞ്ഞു: ഞാൻ എന്നും അങ്ങയെപ്പറ്റി അന്വേഷിക്കുമായിരുന്നു. ഇംഗ്ലണ്ടിൽ പോയപ്പോൾ ഞാൻ സാറിന് അഭിനന്ദനം അറിയിച്ചുകൊണ്ട് കത്തെഴുതിയിരുന്നു. എന്നാൽ അത് അയച്ചുതരാൻ കഴിഞ്ഞില്ല. പ്രിൻസിപ്പലായപ്പോൾ ഞാൻ ഇംഗ്ലണ്ടിലേക്ക് പോകാൻ നിയുക്തനായിരുന്നു. അവിടെവച്ച് പത്രികകളിൽ അങ്ങയുടെ ലേഖനങ്ങൾ വായിച്ചിട്ടുണ്ട്. മടങ്ങി വന്നപ്പോൾ സാർ രാജിവച്ചു പോയെന്നും ഏതോ, കുഗ്രാമത്തിൽ പോയി താമസമാക്കിയെന്നും അറിഞ്ഞു. ഞാൻ ഈ ജില്ലയിൽ വന്നിട്ട് ഒരുവർഷം കഴിഞ്ഞു. സാർ ഇവിടെ ഒറ്റയ്ക്ക് ജീവിക്കുകയാണെന്ന് വിചാരിച്ചിരുന്നില്ല. ഈ ഊഷര ഗ്രാമത്തിൽ ഒറ്റയ്ക്ക് എങ്ങനെ സന്തോഷത്തോടെ കഴിയാൻ പറ്റും? ഈ പ്രായത്തിൽ തന്നെ വാനപ്രസ്ഥം സ്വീകരിച്ചുകഴിഞ്ഞോ?"

സൂര്യപ്രകാശിന്റെ ഈ ഉയർച്ചയിൽ എനിക്ക് എത്രത്തോളം സന്തോഷവും ആശ്ചര്യവും ഉണ്ടായെന്ന് പറയാൻ കഴിയുന്നില്ല. ഇയാൾ എന്റെ മകനായിരുന്നാൽപ്പോലും ഇതിൽ കൂടുതൽ സന്തോഷം ഉണ്ടാകുമായിരുന്നില്ല. ഞാൻ സൂര്യപ്രകാശിനെ അകത്തേക്ക് കൂട്ടിക്കൊണ്ടുപോയി, എന്റെ കഥ മുഴുവൻ പറഞ്ഞു കേൾപ്പിച്ചു.

"സർ, അങ്ങ് വിശ്വാസവഞ്ചനയ്ക്ക് ഇരയായിത്തീർന്നു. ഇതല്ലേ സത്യം."

സൂര്യപ്രകാശ് പറഞ്ഞു: "എനിക്ക് ജീവിതാനുഭവങ്ങൾ കുറവാണ്. ഇത്രയും കാലംകൊണ്ട് ഞാനറിഞ്ഞത് നമുക്ക് നമ്മുടെ ഉത്തരവാദിത്വങ്ങൾ ശരിയായി നിർവഹിക്കാൻ അറിയുകയില്ലെന്നാണ്. ഇനിയും മന്ത്രിയെ കാണുമ്പോൾ "ഇതാണോ നിങ്ങളുടെ ധർമം" എന്ന് ഞാൻ അദ്ദേഹത്തോട് ചോദിക്കും."

"ഇതൊന്നും അദ്ദേഹത്തിന്റെ കുറ്റംകൊണ്ടല്ല." ഞാൻ പറഞ്ഞു. "ഇങ്ങനെയൊരു ചുറ്റുപാടിൽ ഞനാണെങ്കിലും അതുതന്നെ ചെയ്യുമായിരുന്നു. എനിക്ക് എന്റെ സ്വാർഥ ചിന്തകൾക്കുള്ള ശിക്ഷയാണ് കിട്ടിയത്. അതിൽ ഞാൻ അദ്ദേഹത്തോട് കടപ്പെട്ടവനാണ്. എനിക്ക് ഇവിടെ ലഭിക്കുന്ന ശാന്തിയും സമാധാനവും ഇതിനുമുമ്പ് ഒരിടത്തും ലഭിച്ചിട്ടില്ല. ധനത്തിനും പദവിക്കുംവേണ്ടിയുള്ള മത്സരത്തിൽ ഒരിക്കലും സംഭവിക്കാത്ത കാര്യങ്ങളാണ് ഇവിടുത്തെ ഏകാന്തജീവിതത്തിൽ എനിക്ക് മനസിലാക്കാൻ കഴിഞ്ഞത്. ചരിത്രത്തിന്റെയും ഭൂഗോളത്തിന്റെയും ഏടുകൾ എത്രകാലം ചവച്ചിറക്കിയിട്ടും യൂറോപ്പിലെ വിദ്യാലയങ്ങളിൽ അഭയം തേടിയിട്ടും എനിക്ക് എന്റെ നാടിനോടുള്ള മമത ഉപേക്ഷിക്കാൻ കഴിഞ്ഞില്ല. കോണിപ്പടികൾ ചവിട്ടി കയറാതെ നിങ്ങൾക്ക് മാളികയുടെ മുകളിലത്തെ നിലയിൽ എത്താൻ സാധിക്കുകയില്ല. സമ്പന്നതയുടെ മാളികമുകളിലെത്താൻ മറ്റുള്ളവരുടെ ജീവിതത്തെ ചവിട്ടുപടിയാക്കേണ്ടിവരും. അവിടെ സൗജന്യത്തിനും സഹാനുഭൂതിക്കുമൊന്നും സ്ഥാനമില്ല. എന്നെ ഏതോ ഹിംസ്ര ജന്തുക്കൾ വലയം ചെയ്തിരിക്കുകയായിരുന്നു. എനിക്ക് ഇപ്പോൾ തോന്നുന്നു. എന്റെ ശക്തി മുഴുവൻ ആ സുരക്ഷയ്ക്കുവേണ്ടി ഉപയോഗിക്കേണ്ടി വന്നു. ഇവിടെ നാലുപാടും സന്തോഷവും ശാന്തിയും ലാളിത്യവും നിറഞ്ഞു നിൽക്കുന്നു. എന്റെയടുത്ത് വരുന്നവരാരും സ്വാർഥ താൽപ്പര്യങ്ങൾ ഉള്ളവരല്ല. ചെയ്യുന്ന പ്രവൃത്തികളിൽ അവർ പ്രശംസയോ അഭിമാനമോ ആഗ്രഹിക്കുന്നില്ല."

ഞാൻ സൂര്യപ്രകാശിന്റെ മുഖം ശ്രദ്ധിച്ചുനോക്കി. കാപട്യം നിറഞ്ഞ പുഞ്ചിരിയൊന്നും അവിടെ കണ്ടില്ല. പകരം ആത്മഗ്ലാനിയുടെ മങ്ങിയ നിറമാണവിടെ കണ്ടത്. അവന്റെ പേരിൽ നിരാശനായിരുന്ന എന്നെ സ്വന്തം ഉയർച്ചയെപ്പറ്റി അറിയിക്കാനാണ് അവൻ വന്നതെന്ന് എനിക്ക് മനസിലായി. ഞാൻ അവന്റെ പ്രയത്നശീലത്തെയും ഉയർച്ചയെയും അനുമോദിച്ചു പറയുന്നത് കേൾക്കാൻ ആഗ്രഹിക്കുന്നതുപോലെ തോന്നി. എനിക്ക് എന്റെ തെറ്റ് മനസിലായി. സമ്പന്നന്റെ മുമ്പിൽ സമൃദ്ധിയെ നിന്ദിക്കുന്നത് ശരിയല്ല.

"ഇനി സൂര്യപ്രകാശിന്റെ വിശേഷങ്ങൾ കേൾക്കട്ടെ." വിഷയം മാറ്റാൻ വേണ്ടി ഞാൻ പറഞ്ഞു. "നിനക്ക് ഈ മാറ്റമൊക്കെ എങ്ങനെ സംഭവിച്ചു? നിന്റെ വികൃതികളെപ്പറ്റി ഓർക്കുമ്പോൾ എനിക്കിപ്പോഴും രോമാഞ്ചമുണ്ടാകാറുണ്ട്. ഏതു ദൈവം അനുഗ്രഹിച്ചിട്ടാണ് നിനക്ക് ഈ ഉയർച്ച ഉണ്ടായത്?"

"അങ്ങയുടെ ആശീർവാദം മാത്രം. അല്ലാതൊന്നുമല്ല." സൂര്യപ്ര

കാശ് പുഞ്ചിരിച്ചു.

ഞാൻ നിർബന്ധിച്ചപ്പോൾ അയാൾ വീണ്ടും പറഞ്ഞു തുടങ്ങി:

"സാർ അവിടെനിന്നും പോയി കുറച്ചുനാൾ കഴിഞ്ഞ് എന്റെ അമ്മാവന്റെ മകൻ സ്കൂളിൽ ചേരാൻ വന്നു. അവന് എട്ടോ ഒമ്പതോ വയസേ ഉണ്ടായിരുന്നുള്ളൂ. അതുകൊണ്ട് പ്രിൻസിപ്പൽ അവന് ഹോസ്റ്റലിൽ പ്രവേശനം നൽകിയില്ല. അമ്മാവന് അവന്റെ താമസത്തിന് വേണ്ടി മറ്റ് ഏർപ്പാടൊന്നും ചെയ്യുവാനുള്ള കഴിവില്ലായിരുന്നു. അമ്മാവന്റെ ഈ അവസ്ഥ കണ്ട് ഞാൻ പ്രിൻസിപ്പലിനോട് മോഹനനെ എന്റെ റൂമിൽ താമസിപ്പിച്ചുകൊള്ളാമെന്നു പറഞ്ഞു. എന്നാൽ പ്രിൻസിപ്പൽ അതും അനുസരിച്ചില്ല. ഞാൻ അന്നുതന്നെ ഹോസ്റ്റലിലെ താമസം ഉപേക്ഷിച്ചു. ഒരു വീട് വാടകയ്ക്ക് എടുത്ത് മോഹനനെയും കൂട്ടി അവിടെ താമസമാക്കി. അവന്റെ അമ്മ നേരത്തെ മരിച്ചുപോയിരുന്നു. അവൻ തീരെ മെലിഞ്ഞ് ദുർബലനായിരുന്നു. വന്ന ദിവസം തന്നെ എനിക്ക് അവനോട് അനുകമ്പതോന്നി. അവന് ഇടയ്ക്കിടയ്ക്ക് തലവേദനയോ പനിയോ ഉണ്ടാകാറുണ്ട്. എല്ലാ ദിവസവും എന്തെങ്കിലും രോഗം. സന്ധ്യ മുതൽതന്നെ അവൻ ഉറങ്ങാൻ തുടങ്ങും. ഭക്ഷണം കഴിക്കാൻ വളരെ പണിപ്പെട്ടാണ് അവനെ എഴുന്നേൽപ്പിക്കുന്നത്. നേരം ഏറെ പുലരുന്നതുവരെ കിടന്നുറങ്ങും. ഞാൻ എടുത്ത് മടിയിൽ ഇരുത്തുന്നതുവരെ അവൻ എഴുന്നേൽക്കുകയില്ല. രാത്രി ഉറക്കത്തിൽ എന്തോ സ്വപ്നം കണ്ട് ഞെട്ടി വിറച്ചുകൊണ്ട് എന്റെ അടുത്തുവന്ന് എന്റെ കഴുത്തിൽ കെട്ടിപ്പിടിച്ചു കിടന്നുറങ്ങും. എനിക്ക് അവനോട് ഒരിക്കലും ദേഷ്യം തോന്നിയിട്ടില്ല. അവനോട് ഇത്രയേറെ സ്നേഹം തോന്നിയത് എന്തുകൊണ്ടാണെന്നു എനിക്കറിയുകയില്ല.

ഞാൻ രാവിലെതന്നെ എഴുന്നേറ്റ് അവനു വേണ്ടി പാൽ തിളപ്പിച്ചുവയ്ക്കും. അവനെ വിളിച്ചുണർത്തി മുഖം കഴുകിച്ച് പാൽ കുടിപ്പിക്കും. പിന്നീട് പ്രാതൽ കഴിപ്പിക്കും. അവന്റെ ആരോഗ്യത്തിനുവേണ്ടി ദിവസവും കാറ്റുകൊള്ളാൻ കൂട്ടിക്കൊണ്ടുപോകും. മണിക്കൂറുകളോളം അവനെ പാഠങ്ങൾ പഠിപ്പിക്കും. ഇത്തരത്തിലുള്ള ഉത്തരവാദിത്വബോധം എങ്ങനെ ഉണ്ടായി എന്ന് എനിക്കറിയുകയില്ല. മോഹനന് എന്തെങ്കിലും അസുഖമുണ്ടായാൽ എനിക്ക് സഹിക്കുകയില്ല. ഞാൻ ഡോക്ടറുടെ അടുത്തേക്ക് ഓടും. മരുന്നുവാങ്ങി കൊണ്ടുവന്ന് അവനെ അനുനയിപ്പിച്ച് കഴിപ്പിക്കും. മോഹനന് ഇഷ്ടമില്ലാത്തതൊന്നും സംഭവിക്കാതിരിക്കാൻ ഞാൻ പ്രത്യേകം ശ്രദ്ധിച്ചിരുന്നു. ഞാനല്ലാതെ അവിടെ അവന് ആരുമുണ്ടായിരുന്നില്ല. എന്റെ ചങ്ങാതിമാർ ആരെങ്കിലും അവനെ അലട്ടുകയോ ഉപദ്രവിക്കുകയോ ചെയ്താൽ എന്റെ ഭാവം മാറും. ചില കുട്ടികൾ എന്നെ മുത്തശ്ശി എന്നു വിളിച്ച് പരിഹസിക്കുമായിരുന്നു. ഞാൻ അതുകേട്ട് ചിരിക്കുകയേ ചെയ്തിട്ടുള്ളു.

മോഹനന് രസിക്കാത്ത ഒരു വാക്കുപോലും ഞാൻ പറയാറുണ്ടായിരുന്നില്ല. എന്നെപ്പോലെ അവനും ഒരു ചീത്തക്കുട്ടി ആകരുതെന്ന് മന

സിൽ കരുതി. അവൻ എന്നെ ഒരു മാതൃകയായി കാണത്തക്കവണ്ണം കരുതലോടെയാണ് ഞാൻ എപ്പോഴും പെരുമാറിയിരുന്നത്. അതിനു വേണ്ടി ഞാൻ എന്റെ സ്വഭാവം തന്നെ മാറ്റിയെടുത്തു. ഒൻപതു മണിക്ക് എഴുന്നേൽക്കുക, പന്ത്രണ്ടു മണിവരെ പുറത്ത് അലഞ്ഞു തിരിയുക, ഓരോ പുതിയ കുസൃതി കാണിക്കുക, അധ്യാപകരുടെ കണ്ണു വെട്ടിച്ച് സ്കൂളിൽ നിന്ന് പുറത്തു പോവുക തുടങ്ങിയ ദുശ്ശീലങ്ങളെല്ലാം ഞാൻ ഉപേക്ഷിച്ചു. സ്വഭാവ രൂപീകരണം, ആരോഗ്യസംരക്ഷണം ഇതിന്റെയെല്ലാം ശത്രുവായിരുന്ന ഞാൻ അതെല്ലാം നിയമേന ശീലിച്ചു തുടങ്ങി. ഞാൻ ദൈവത്തെ ആക്ഷേപിക്കുമായിരുന്നു. എന്നാൽ ഇപ്പോൾ ഞാൻ ഒരു ആസ്തികനാണ്. മോഹനൻ എന്നോട് ചോദിക്കുമായിരുന്നു: – ദൈവമുണ്ടെങ്കിൽ എന്റെയടുത്തും വരുകയില്ലേയെന്ന്. അവന്റെയും എന്റെയും എല്ലാവരുടെയും അടുത്ത് ദൈവമുണ്ടാകും എന്ന് ഞാൻ അവനോട് പറയും. ഇതു കേൾക്കുമ്പോൾ അവന് സന്തോഷമാകും ചിലപ്പോഴൊക്കെ അവൻ ദൈവത്തിന്റെ സാന്നിധ്യം അനുഭവിക്കുന്നതുപോലെ പെരുമാറുന്നതു കാണാം.

ഒരു വർഷം കൊണ്ട് മോഹനന് വലിയ മാറ്റങ്ങൾ സംഭവിച്ചു. അമ്മാവൻ വരുമ്പോൾ അവനെ കണ്ട് അദ്ഭുതപ്പെട്ടുപോയിട്ടുണ്ട്. അദ്ദേഹം എന്നോട് പറയുമായിരുന്നു. മോനെ, നീയാണ് എന്റെ കുട്ടിയെ ജീവിപ്പിച്ചത്. ഞാൻ ഇവന്റെ പേരിൽ നിരാശനായിരുന്നു. ഇതിനുള്ള പുണ്യം ഈശ്വരൻ നിനക്ക് തരും. ഇവന്റെ അമ്മ സ്വർഗത്തിലിരുന്ന് നിന്നെ അനുഗ്രഹിക്കുന്നുണ്ടാകും."

ഇത്രയും പറഞ്ഞപ്പോൾ സൂര്യപ്രകാശന്റെ കണ്ണുകൾ നിറഞ്ഞു.

"മോഹനൻ നിന്നെയും വളരെ ഇഷ്ടപ്പെടുന്നുണ്ടായിരുന്നില്ലേ?" ഞാൻ ചോദിച്ചു? ഇതുകേട്ട് സൂര്യപ്രകാശിന്റെ കണ്ണുകൾ അഭിമാനവും സന്തോഷവും കൊണ്ട് തിളങ്ങി. അവൻ പറഞ്ഞു:

"മോഹനൻ ഒരു നിമിഷം പോലും എന്നെ വിട്ട് നിൽക്കുമായിരുന്നില്ല. എപ്പോഴും എന്റെ അടുത്തുതന്നെ ഇരിക്കും. എന്റെ കൂടെ ഭക്ഷണം കഴിക്കും. എന്റെകൂടെത്തന്നെ കിടന്നുറങ്ങും. ഞാൻ അവന് എല്ലാമായിരുന്നു.

ഇന്ന് മോഹനൻ ഈ ലോകത്തിൽ ഇല്ല. എന്നാൽ എനിക്ക് ഇപ്പോഴും അവൻ ജീവനോടെ ഉണ്ട്. ഞാൻ എന്തെല്ലാം ആയിത്തീർന്നോ അതിനെല്ലാം കാരണം മോഹനൻ മാത്രമാണ്. ദൈവനിയോഗം പോലെ അവൻ എനിക്ക് വഴികാട്ടിയായി വന്നിരുന്നില്ലെങ്കിൽ ഞാനിന്ന് എവിടെയെങ്കിലും ജയിലിൽ കിടക്കുമായിരുന്നു. ഒരു ദിവസം ഞാൻ അവനോടു പറഞ്ഞു: മോഹനാ, നീ ദിവസവും കുളിച്ചില്ലെങ്കിൽ ഞാൻ നിന്നോട് മിണ്ടുകയില്ല. അവന് കുളിക്കാൻ തോന്നാതിരുന്നത് എന്തുകൊണ്ടാണെന്ന് എനിക്കറിയുകയില്ല. എന്റെ ഭീഷണി ഫലിച്ചു. പിറ്റേ ദിവസം മുതൽ അവൻ രാവിലെതന്നെ കുളിക്കാൻ തുടങ്ങി. എത്ര തണുപ്പുണ്ടായിരുന്നാലും അവൻ കുളിക്കുമായിരുന്നു.

ഒരു ദിവസം ഞാൻ എന്റെ സ്നേഹിതന്മാരുടെ കൂടെ സിനിമയ്ക്ക് പോയി. മോഹനനോട് ഭക്ഷണം കഴിച്ചിട്ട് കിടുന്നുറങ്ങിക്കൊള്ളണമെന്ന് പറഞ്ഞിരുന്നു. രാത്രി മൂന്നു മണിക്കാണ് ഞാൻ മടങ്ങിവന്നത്. മോഹനൻ അപ്പോഴും ഉറങ്ങാതെയിരുന്നു.

"മോഹനാ, നീ ഉറങ്ങിയില്ലേ?" ഞാൻ ചോദിച്ചു. "ഉറക്കം വന്നില്ല,"

അന്നുമുതൽ ഞാൻ തീയറ്ററിൽ പോകുന്നതും നിർത്തി.

കുട്ടികൾക്ക് പാലോ മിഠായിയോ കളിപ്പാട്ടമോ കിട്ടുന്നതിനെക്കാൾ പ്രധാനം സ്വന്തം അമ്മയിൽ നിന്നു കിട്ടുന്ന സ്നേഹമാണ്. മോഹനന്റെ ആ വിശപ്പ് എന്നും അങ്ങനെതന്നെ നിന്നു. പർവത ശിഖരങ്ങളിൽ മുട്ടിയുരുമ്മി പറന്നുപോകുന്ന വെള്ളിൽപ്പറവകളുടെ ശബ്ദം പോലെ ആ വിചാരം അവന്റെ ഞരമ്പുകളിൽ മുഴങ്ങിക്കൊണ്ടിരുന്നു. നിലത്ത് പടർന്നു കിടക്കുന്ന വള്ളി ഒരു കമ്പിന്റെ സഹായം കിട്ടിയാൽ അതിൽ ചുറ്റിപ്പിടിച്ച് മുകളിലേക്ക് കയറുന്നതുപോലെയായിരുന്നു അവന്റെ അവസ്ഥ. അവനെ ഒരിക്കലും എന്നിൽ നിന്ന് അടർത്തി മാറ്റാൻ പറ്റിയിരുന്നില്ല. മൂന്നര വർഷക്കാലം അവൻ എന്റെകൂടെ ഉണ്ടായിരുന്നു. എന്റെ ജീവിതത്തിൽ ഒരു പുതിയ വെളിച്ചത്തിന്റെ രേഖ വരച്ചു വച്ചിട്ട് അവൻ അന്ധകാരത്തിൽ മറഞ്ഞു. ഒരുപക്ഷെ ഈശ്വരൻ എന്റെ ജീവിതത്തിൽ നന്മ വരുത്തുവാൻ വേണ്ടി അവനെ അയച്ചതായിരിക്കാമെന്ന് ഞാൻ കരുതി. ഉദ്ദേശ്യം നിറവേറിക്കഴിഞ്ഞാൽ അവൻ പിന്നെ എന്തിന് ഇവിടെ ഉണ്ടാകണം?

രണ്ടുവർഷവും മധ്യവേനൽ അവധിക്ക് അവൻ എന്റെകൂടെത്തന്നെ ആയിരുന്നു. അവന്റെ അച്ഛൻ വന്നു വിളിച്ചിട്ടും അവൻ വീട്ടിലേക്കു പോയില്ല. ആ വർഷം കോളേജിലെ വിദ്യാർഥികൾ കാശ്മീരിലേക്ക് യാത്രപോകാൻ തീരുമാനിച്ചു. എന്നെയാണ് അവർ ലീഡറായി തിരഞ്ഞെടുത്തത്. എനിക്കും വളരെ കാലമായി കാശ്മീർ സന്ദർശിക്കണമെന്ന ആഗ്രഹമുണ്ടായിരുന്നു. മോഹനനെ അവന്റെ അച്ഛന്റെ അടുക്കൽ നിർത്തിയിട്ട് ഞാൻ കാശ്മീരിലേക്കു പോയി. രണ്ടുമാസം കഴിഞ്ഞ് മടങ്ങിവന്നപ്പോൾ മോഹനൻ രോഗശയ്യയിലാണെന്ന വിവരമാണ് കിട്ടിയത്. കാശ്മീരിൽ വച്ച് ഞാൻ ഇടയ്ക്കിടെ അവനെപ്പറ്റി ഓർക്കുമായിരുന്നു. മടങ്ങിപ്പോന്നാലോ എന്നുവരെ ആലോചിച്ചിട്ടുണ്ട്. മോഹനനോട് എനിക്കുള്ള സ്നേഹത്തിന്റെ ആഴം എത്രത്തോളമാണെന്ന് കാശ്മീർ യാത്രയിലാണ് ഞാൻ അറിയുന്നത്. എന്നാൽ എന്റെ കൂട്ടുകാർ എന്നെ മടങ്ങിപ്പോകാൻ അനുവദിച്ചില്ല. അവന് സുഖമില്ലെന്ന വിവരമറിഞ്ഞ് ഞാൻ വല്ലാതെ വിഷമിച്ചു.

ഞാൻ കാശ്മീരിൽ നിന്ന് മടങ്ങിവന്ന ദിവസം തന്നെ മോഹനനെ കാണാൻ പോയി. എന്നെ കണ്ടതോടെ അവന്റെ വിളറിയ മുഖത്ത് സന്തോഷം തിരയടിക്കുന്നതു കണ്ടു. ഞാൻ ഓടിച്ചെന്ന് അവനെ കെട്ടിപ്പിടിച്ചു. അവൻ വിദൂരതയിലേക്ക് കണ്ണുംനട്ട് കിടക്കുകയായിരുന്നു. അവന്റെ മുഖത്ത് കാണപ്പെട്ട തിളക്കം മരണത്തിന്റെ സൂചനയായിരി

ക്കുമെന്ന് എനിക്ക് അറിയാമായിരുന്നില്ല.

'ഇത് എന്താണ് മോഹൻ?' എന്റെ തൊണ്ട ഇടറിപ്പോയി.

"ചേട്ടൻ കാശ്മീരിൽ പോയില്ലേ. ഞാൻ ആകാശത്ത് സഞ്ചരിക്കുവാൻ പോകുകയാണ്." അവന്റെ ചുണ്ടുകളിൽ ഒരു മന്ദഹാസം കണ്ടു.

ഈ ദുഃഖകഥകൾ പറഞ്ഞുകേൾപ്പിച്ച് സ്വയം ദുഃഖിക്കാനോ ആരെയെങ്കിലും ദുഃഖിപ്പിക്കാനോ എനിക്ക് ആഗ്രഹമില്ല. ഞാൻ കാശ്മീരിലേയ്ക്ക് പോയതിനുശേഷം ഒരു വർഷത്തെ പാഠങ്ങൾ അവൻ രണ്ടു മാസം കൊണ്ട് പഠിച്ചു തീർത്തിട്ട് സ്കൂൾ തുറക്കുമ്പോൾ എന്റെ പ്രശംസ കിട്ടാൻവേണ്ടിയായിരുന്നു അവന്റെ ശ്രമം. ഞാൻ അവന്റെ പുറത്ത് തട്ടി അഭിനന്ദിക്കണം - എന്റെ സ്നേഹിതന്മാരോട് അവനെപ്പറ്റി പ്രശംസിച്ചു പറയണം - ഇതൊക്കെയായിരുന്നു അവന്റെ മോഹങ്ങൾ.

മോഹനന്റെ അച്ഛന് ആപ്പീസിലെ ജോലിത്തിരക്കുമൂലം അവന്റെ പഠിത്തത്തിലോ മാനസികോല്ലാസത്തിലോ ശ്രദ്ധിക്കാൻ കഴിഞ്ഞിരുന്നില്ല. അവൻ കളിച്ചില്ലെങ്കിലും അദ്ദേഹം ഒന്നും പറയുകയില്ലായിരുന്നു.

പനിയുണ്ടായപ്പോഴും മോഹനൻ പഠനം തടസപ്പെടുത്തിയിരുന്നില്ല. പനി മൂർധന്യത്തിൽ എത്തിയപ്പോഴും ചേട്ടന്റെ കത്ത് വന്നോ? ചേട്ടൻ എപ്പോൾ വരും എന്നൊക്കെയാണ് അവൻ ചോദിക്കാറുണ്ടായിരുന്നത്.

എന്റെ കാശ്മീർ യാത്രയ്ക്ക് ഇത്രവലിയ വില നൽകേണ്ടിവരുമെന്ന് അറിഞ്ഞിരുന്നെങ്കിൽ ഞാൻ പോകുമായിരുന്നില്ല. മടങ്ങിവന്നതിനുശേഷം അവനെ രക്ഷിക്കാൻ കഴിയുന്നതെല്ലാം ഞാൻ ചെയ്തു. പക്ഷേ, അവന്റെ പനി ടൈഫോയിഡ് ആയി മാറുകയാണുണ്ടായത്. അത് അവന്റെ ജീവനും കൊണ്ടാണ് പോയത്.

മോഹനന്റെ ജീവിത സ്വപ്നങ്ങൾ ഏതോ മഹർഷിയുടെ ആശീർവാദം പോലെ പ്രോത്സാഹജനകമായിരുന്നു. അതിന്റെ ഫലമാണ് എന്നെ ഇന്ന് ഈ നിലയിൽ കാണുന്നത്. മോഹനന്റെ ആഗ്രഹങ്ങൾ ഞാൻ പ്രത്യക്ഷത്തിൽ നടപ്പാക്കുന്നത് കണ്ട് അവന്റെ ആത്മാവ് സന്തോഷിക്കും. ഏതു കഠിന പരീക്ഷകളിലും ഞാൻ ജയിച്ചുകൊണ്ടിരുന്നു. അല്ലെങ്കിൽ ഇപ്പോഴും ഞാൻ ആ പഴയ മന്ദബുദ്ധിയായ സൂര്യപ്രകാശ് ആയിത്തന്നെ കഴിയേണ്ടിവരുമായിരുന്നു. അപ്പോൾ എന്നെ കാണുന്നതുപോലും അങ്ങേയ്ക്ക് വെറുപ്പ് ഉളവാക്കുമായിരുന്നു."

സൂര്യപ്രകാശ് സംസാരിച്ചു നിർത്തി. ഈ കൂടിക്കാഴ്ചയ്ക്കുശേഷം ഞാൻ പലതവണ അയാളെ കണ്ടിട്ടുണ്ട്. അയാൾ ഈ പ്രദേശത്ത് വരുമ്പോൾ തീർച്ചയായും എന്റെ അടുത്ത് വരാതെ മടങ്ങിപ്പോകുമായിരുന്നില്ല. മോഹനനെ അയാൾ ഇപ്പോഴും ഇഷ്ടദേവതയെപ്പോലെയാണ് കരുതുന്നത്. മനുഷ്യപ്രകൃതിയുടെ ഈ മഹാരഹസ്യം ഇപ്പോഴും എനിക്ക് അജ്ഞാതമായിത്തന്നെയിരിക്കുന്നു.

ജയശങ്കർ പ്രസാദ്

സാഹിത്യകാരന്മാർ സ്വീകരിക്കുന്ന രചനാ സമ്പ്രദായങ്ങളിൽ ഓജസ്സ്, മാധുര്യം, പ്രസാദം ഇവയിൽ ഒന്നിന് പ്രാധാന്യമുണ്ടായിരിക്കും. അത് തികച്ചും വ്യക്തി നിഷ്ഠവുമായിരിക്കും. ജയശങ്കർ പ്രസാദ് പ്രാസഗുണത്തിന് കൂടുതൽ പ്രാധാന്യം നൽകിയ സാഹിത്യകാരനായിരുന്നു. അതുകൊണ്ട് തന്നെ സമകാലീനരായ സാഹിത്യമർമ്മജ്ഞർ അദ്ദേഹത്തിന് നൽകിയ ഉപനാമമാണ് പ്രസാദ്.

രവീന്ദ്രനാഥ ടാഗോറിനെപ്പോലെ കഥ, കവിത, നോവൽ, നാടകം തുടങ്ങി എല്ലാ സാഹിത്യശാഖകളിലും പ്രസാദ് കൈവച്ചിട്ടുണ്ട്. അദ്ദേഹത്തിന്റെ *കാമായനി* എന്ന മഹാകാവ്യം വളരെ പ്രസിദ്ധമാണ്.

പണ്ടുകാലത്ത് ഇന്ത്യ അയൽരാജ്യങ്ങളും ദ്വീപസമൂഹങ്ങളും മറ്റുമായി കച്ചവട ബന്ധം സ്ഥാപിച്ചിരുന്നത് കടൽ മാർഗമായിരുന്നു. വലിയ പത്തേമാരി പോലുള്ള ജലനൗകകളിൽ ഓട്പായ കെട്ടി കടലിൽക്കൂടിയുള്ള സഞ്ചാരം. ഈ യാത്രയിൽ ചിലപ്പോൾ ജലദസ്യുക്കളുടെ (കടൽക്കൊള്ളക്കാർ) ആക്രമണവും ഉണ്ടാകുമായി രുന്നു. കൈക്കരുത്തും ആയുധശക്തിയും കൊണ്ട് നാവികരെ ആക്രമിച്ച് കീഴടക്കി അവർ നൗക സ്വന്തമാക്കും. എന്നാൽ പിന്നീട് അവർക്കും ഇതേ അനുഭവം ഉണ്ടായെന്നു വരും.

മനുഷ്യമനസിൽ ആക്രമണ സ്വഭാവവും കീഴ്പ്പെടുത്താനുള്ള ത്വരയും വിരോധം, ദ്വേഷം, വെറുപ്പ് മുതലായ വിചാരങ്ങളോടൊപ്പം സ്നേഹം അഥവാ പ്രേമം എന്ന വിഭാഗത്തിനും സ്ഥാനമുണ്ടായിരിക്കും.

മറ്റൊരു ജലദസ്യുവിനെ തന്റെ പിതൃഘാതകനാണെന്ന് കരുതുകയും അയാ ളെത്തന്നെ പ്രേമിക്കുകയും ചെയ്യുക എന്നത് സാധ്യമാണോ എന്ന് നായിക യായ ചമ്പദേവിയും ബുധഗുപ്തനും തെളിയിക്കുന്നു.

2

ആകാശദീപം

“ബന്ദീ!........”

“എന്തുവേണം? ഞാനൊന്നുറങ്ങിക്കൊള്ളട്ടെ,”

“രക്ഷപ്പെടണമെന്നുണ്ടോ?”

“ഇപ്പോളില്ല. ഉറങ്ങി ഉണർന്നിട്ട് മതി. മിണ്ടാതിരിക്ക്.”

“പിന്നീട് സാധിച്ചെന്നു വരുകയില്ല.”

“ശ്ശോ...... വല്ലാത്ത തണുപ്പ്. ആരെങ്കിലും ഒരു കമ്പിളി തന്ന് ഈ തണുപ്പിൽനിന്ന് രക്ഷപ്പെടുത്തിയെങ്കിൽ......”

“കൊടുങ്കാറ്റടിക്കാൻ സാധ്യതയുണ്ട്. ഇതാണ് പറ്റിയ സമയം. എന്റെ

ബന്ധനം ശിഥിലമായിരിക്കുകയാണ്. അപ്പോൾ നിങ്ങളും ബന്ദിയാണോ?"

"അതെ. ഒന്ന് പതുക്കെ സംസാരിക്കൂ. ഈ നൗകയിൽ ഇപ്പോൾ പത്ത് നാവികരും ഒരു കാവൽക്കാരനും മാത്രമേ ഉള്ളൂ."

"ആയുധം വല്ലതും ലഭിക്കുമോ."

"ങ് അ... ലഭിക്കും. നൗകയുടെ കയർ മുറിച്ചുകളയാൻ കഴിയണം."

സമുദ്രത്തിൽ തിരയടിച്ചുയരുകയാണ്. സ്വതന്ത്രനായ ബന്ദി സ്നേഹിതന്റെ ബന്ധനം അഴിക്കാൻ സഹായിച്ചു കൊടുക്കുന്നതിനിടയിൽ രണ്ടു പേരുടെയും ശരീരങ്ങൾ തമ്മിൽ കൂട്ടിമുട്ടുന്നുണ്ടായിരുന്നു. തിരകൾക്കൊപ്പം ഇളകുന്ന നൗകയിൽ അവരുടെ ശരീരങ്ങൾ പരസ്പരം മുട്ടിയുരുമി ഇക്കിളിപ്പെടുത്തിക്കൊണ്ടിരുന്നു. മോചനത്തിനുവേണ്ടിയുള്ള ദാഹം.

നിറഞ്ഞുനിന്ന അന്ധകാരത്തിൽ രണ്ടുപേരും മോചിതരായി. രണ്ടാമത്തെ ബന്ദി സന്തോഷാധികൃത്താൽ സ്നേഹിതനെ ആശ്ലേഷിച്ചു. അസംഭവ്യമെന്നു കരുതിയിരുന്ന സ്നേഹാലിംഗനം! പെട്ടെന്ന് അയാൾ വിട്ടുമാറി. "ങ്ഏ... ഇതെന്താ, നിങ്ങൾ സ്ത്രീയാണോ?"

"എന്താ... സ്ത്രീ ആയിരിക്കുന്നത് പാപമാണോ?" ആശ്ലേഷത്തിൽ നിന്ന് മുക്തമായ ബന്ദി മറുചോദ്യം ചോദിച്ചു.

"ആയുധമെവിടെ....... നിങ്ങളുടെ പേര് എന്താ?"

"ചമ്പ."

താരകാകീർണമായ നീലാകാശത്തിനും സമുദ്രത്തിനുമിടയിൽ കാറ്റ് ബഹളമുണ്ടാക്കിക്കൊണ്ടിരുന്നു. ചുറ്റും നിറഞ്ഞ അന്ധകാരം. നൗക തിരകളിൽപ്പെട്ട് ഇളകിക്കൊണ്ടിരുന്നു. ഒന്നാമത്തെ ബന്ദി കരുതലോടെ നിലത്ത് കിടന്ന് ഉരുളാൻ തുടങ്ങി. അവൾ മദ്യപിച്ച് ബോധമറ്റ് കിടക്കുന്ന ഒരു നാവികന്റെ ശരീരത്തിൽ ചെന്നു മുട്ടി. അയാൾ അറിയാതെ ശ്രദ്ധയോടെ അയാളുടെ അരയിൽ നിന്നും വാൾ ഊരിയെടുത്ത് വീണ്ടും നിലത്ത് കിടന്ന് ഉരുണ്ട് തിരിയെ സ്നേഹിതന്റെ സമീപമെത്തി.

"കൊടുങ്കാറ്റ് അടിച്ചുവരുന്നുണ്ട്." നൗകയിൽ നിന്ന് മാർഗദർശകൻ ഉറക്കെ വിളിച്ചു പറഞ്ഞു.

അപകട സൂചകമായ കുഴൽവിളി കേട്ടു എല്ലാവരും ഒരുങ്ങി ഇരുന്നു. യുവാവായ ബന്ദി കിടന്നിടത്തുനിന്ന് എഴുന്നേറ്റിരുന്നു.

ഒരാൾ നൗകയുടെ കയർ പിടിച്ചു കൊടുത്തു. മറ്റൊരാൾ പാമരത്തിൽ പായ വലിച്ചു കെട്ടിക്കൊണ്ടിരുന്നു.

ബന്ദി നിലത്ത് കിടന്നുരുണ്ട് നൗകയിൽ കെട്ടിയ പായയുടെ കയറിനടുത്തെത്തി. നക്ഷത്രങ്ങൾ കണ്ണു ചിമ്മി. തിരകൾ ഇളകി മറിഞ്ഞു. സമുദ്രം ഉച്ചത്തിൽ ഗർജിച്ചു. കൊടുങ്കാറ്റ് ഒരു പിശാചിനിയെപ്പോലെ അലറിക്കൊണ്ട് നൗകയെ കൈയിലെടുത്ത് അമ്മാനമാടാൻ തുടങ്ങി.

ആരും അറിഞ്ഞില്ല. നൗകയിൽ ഒരു ഉലച്ചിൽ അനുഭവപ്പെട്ടു. നൗക ഇപ്പോൾ സ്വതന്ത്രമാണ്. ബന്ദികൾ രണ്ടുപേരും പൊട്ടിച്ചിരിച്ചു. കൊടുങ്കാറ്റിന്റെ ആർത്തിരമ്പലിൽ അത് ആരും കേട്ടില്ല.

2

അനന്തമായ ജലരാശയിൽ ഉഷസിന്റെ സ്വർണ കിരണങ്ങൾ പൊട്ടി വിടർന്നു. സൃഷ്ടി ആ സ്വർണക്കിരണങ്ങളുമായി തിരകളുടെ മേൽ പുഞ്ചിരിതൂകി കളിച്ചു. പെട്ടെന്ന് സമുദ്രം ശാന്തമായി. നൗകയോട് ചേർത്ത് ബന്ധിച്ചിരുന്ന വഞ്ചിയെപ്പറ്റി ഒരു വിവരവുമില്ല. നൗകാധിപൻ ഉണർന്നു നോക്കി.

"ബുധഗുപ്തൻ! നിന്നെ ആരാണ് മോചിപ്പിച്ചത്?" നൗകാധിപൻ ചോദിച്ചു.

"ഇതു...... ഇവൻതന്നെ."

ബുധഗുപ്തൻ വാൾ ഉയർത്തിക്കാട്ടി

"നിന്നെ ഞാൻ ഇനിയും ബന്ദിയാക്കും."

"എന്തിന്? നൗകാധിപൻ മണിഭദ്രൻ ഈ സമുദ്രത്തിന്റെ ആഴങ്ങളിൽ എവിടെയെങ്കിലും ഉണ്ടാകും. കപ്പിത്താൻ! ഇനി ഈ നൗകയുടെ ഉടമസ്ഥൻ ഞാനാണ്."

"നീയോ? ജലദസ്യു ബുധഗുപ്തനോ? ഒരിക്കലുമില്ല?" അയാൾ തന്റെ വാള് പരതി.

ചമ്പ നേരത്തെതന്നെ അയാളുടെ വാൾ കരസ്ഥമാക്കിയിരുന്നു. അയാൾ കോപംകൊണ്ട് വിറയ്ക്കാൻ തുടങ്ങി. "എങ്കിൽ നീ ദ്വന്ദ്വയുദ്ധത്തിന് ഒരുങ്ങിക്കൊള്ളൂ. ജയിക്കുന്ന ആളുടേതായിരിക്കും ഇനി ഈ നൗക."

ബുധഗുപ്തൻ കൃപാണം അയാൾക്ക് നൽകാൻ ആംഗ്യം കാണിച്ചു. ചമ്പ അയാളുടെ കൈയിലേക്ക് കൃപാണം എറിഞ്ഞുകൊടുത്തു.

ഘോരമായ ആക്രമണ പ്രത്യാക്രണം ആയിരുന്നു രണ്ടുപേരും തമ്മിൽ. രണ്ടുപേരും പൊരുതുന്നതിൽ അതീവ സമർഥരായിരുന്നു. ബുധഗുപ്തൻ പല്ലുകൾ കൊണ്ട് തന്റെ കൃപാണം സമർഥമായി കടിച്ചുപിടിച്ചുകൊണ്ട് രണ്ടുകൈകളും സ്വതന്ത്രമാക്കി. ചമ്പ ആശ്ചര്യത്തോടും ഭയത്തോടും കൂടി നോക്കി നിന്നു. ബുധഗുപ്തൻ ഹസ്തലാഘവത്തോടെ ഒരു കൈകൊണ്ട് എതിരാളിയുടെ കൈയിൽ കടന്നു പിടിച്ചു. ഒരു ഹുങ്കാരത്തോടെ മറ്റേ കൈകൊണ്ട് അയാളുടെ അരക്കെട്ടിന് ചുറ്റിപ്പിടിച്ച് അയാളെ പൊക്കിയെടുത്ത് നിലത്തടിച്ചു. അയാളുടെ കൃപാണം ബുധഗുപ്തന്റെ കൈയിൽക്കിടന്ന് പ്രഭാതകിരണങ്ങൾ തട്ടി തിളങ്ങി. മണിഭദ്രന്റെ പേടിച്ചരണ്ട നേത്രങ്ങൾ ബുധഗുപ്തനോട് പ്രാണഭിക്ഷയാചിച്ചു.

"ഇപ്പോൾ സമ്മതിച്ചോ അതോ ഇല്ലയോ?" ബുധഗുപ്തൻ ചോദിച്ചു.

"വരുണദേവനാണേ ഇനിമുതൽ ഞാൻ നിങ്ങളുടെ അനുചരനാണ് ഞാനൊരിക്കലും വിശ്വാസവഞ്ചന ചെയ്യുകയില്ല."

ചമ്പ യുവാവായ ജലദസ്യുവിന്റെ അടുത്ത് വന്ന് അയാളുടെ ശരീരത്തിലെ മുറിവുകളിൽ സ്നേഹപൂർവം തന്റെ മൃദുല കരങ്ങൾകൊണ്ട് തലോടി വേദനയകറ്റിക്കൊടുത്തു. ബുധഗുപ്തന്റെ വടിവൊത്ത ശരീര

ത്തിൽ രക്തബിന്ദുക്കൾ വിജയതിലകം ചാർത്തിനിന്നു.

തെല്ല് വിശ്രമിച്ചിട്ട് ബുധഗുപ്തൻ ചോദിച്ചു: "നമ്മൾ ഇപ്പോൾ എവിടെ ആയിരിക്കും?"

"ബാലിദ്വീപിൽനിന്ന് വളരെ അകലെ. ഒരുപക്ഷെ ഒരു പുതിയ ദ്വീപിന്റെ സമീപത്തിൽ. നമ്മൾ ഇവിടെ ഇതിനുമുമ്പ് വളരെ അപൂർവമായിട്ടേ വരാറുണ്ടായിരുന്നുള്ളു. സിംഹള ദേശത്തെ വ്യാപാരികൾക്കാണ് ഇവിടെ പ്രാധാന്യം." ചമ്പ പറഞ്ഞു.

"എത്രദിവസം കൊണ്ട് നമ്മൾ അവിടെ എത്തിച്ചേരും?" "കാറ്റ് അനുകൂലമായിരുന്നാൽ രണ്ടു ദിവസംകൊണ്ട്. അതുവരെയുള്ള ഭക്ഷണ സാധനങ്ങൾക്കൊന്നും കുറവില്ല."

പെട്ടെന്ന് ക്യാപ്റ്റൻ നാവികർക്ക് തുഴയെടുത്ത് തുഴയാൻ നിർദേശം കൊടുത്തു. അയാളും സ്വയം ഒരു പങ്കായം കൈയിലെടുത്തു.

"ങ്ഊം.....എന്താ?" ബുധഗുപ്തൻ ചോദിച്ചു.

"ഇവിടെ സമുദ്രത്തിനടിയിൽ പാറയുണ്ട്. ശ്രദ്ധിച്ചില്ലെങ്കിൽ നൗക പാറയിൽ തട്ടി തകർന്നു പോകും!"

3

"ഇവർ നിങ്ങളെ എന്തിനാണ് ബന്ദിയാക്കിയത്?"

"മണിഭദ്രൻ എന്ന വ്യാപാരിയുടെ പാപചിന്ത മൂലം."

"നിങ്ങളുടെ വീട് എവിടെയാണ്?"

"ജാഹ്നവീ തീരത്ത്. ഞാൻ ചമ്പാനഗരിയിലുള്ള ഒരു ക്ഷത്രിയ ബാലികയാണ്. എന്റെ അച്ഛൻ മണിഭദ്രന്റെ വീട്ടിലെ കാവൽക്കാരനായിരുന്നു. അമ്മയുടെ മരണശേഷം ഞാനും അച്ഛനോടൊപ്പം ഈ നൗകയിൽതന്നെയാണ് കഴിഞ്ഞുപോന്നത്. എട്ടു വർഷമായി ഈ സമുദ്രമാണ് എന്റെ വീട്. നിങ്ങളുടെ ആക്രമണം ഉണ്ടായ കാലത്ത് എന്റെ പിതാവ് ഏഴ് ജലദസ്യുക്കളെ വധിച്ചിട്ട് സ്വയം ജലസമാധിയായി. ഒരു മാസമായിട്ട് ഞാൻ ഈ നീലാകാശത്തിനു കീഴിൽ നീല ജലാശയത്തിനുമീതെ അനന്തതയുടെ ഭയാനകതയിൽ അനാഥയും നിസ്സഹായയുമായി കഴിയുന്നു. ഒരു ദിവസം ഈ മണിഭദ്രൻ വെറുപ്പ് തോന്നിക്കുന്ന ഭാഷയിൽ സംസാരിച്ചു. ഞാൻ അയാളെ കണക്കറ്റ് ശകാരിച്ചു. അന്നുമുതൽ അയാൾ എന്നെ ബന്ദിയാക്കിയിരിക്കുകയാണ്." ചമ്പ കോപംകൊണ്ടു ജ്വലിച്ചു.

"ഞാനും താമ്രലിപ്തിയിലുള്ള ഒരു ക്ഷത്രിയനാണ്." ബുധഗുപ്തൻ പറഞ്ഞു: "ഭാഗ്യദോഷം കൊണ്ട് ജലദസ്യുയായിപ്പോയതാണ്. നിങ്ങൾ ഇനി എന്താണ് ചെയ്യാൻ പോകുന്നത്?"

"ഞാൻ എന്റെ അദൃഷ്ടമായ ജീവിതത്തെ അങ്ങനെ തന്നെയിരിക്കാൻ വിടുന്നു. അത് എന്നെ എവിടെ വേണമെങ്കിലും കൊണ്ടുചെന്ന് എത്തിക്കട്ടെ."

അവൾ വിദൂരതയിലേക്ക് നിരുദ്ദേശ്യമായി കണ്ണുകൾ നട്ടുകൊണ്ടു നിന്നു. പ്രതീക്ഷയുടെ ഒരു അരുണരേഖപോലും അവിടെയെങ്ങും കാണാനുണ്ടായിരുന്നില്ല.

വെള്ളിൽപ്പറവകളുടേതുപോലുള്ള ലക്ഷ്യബോധവും വിശ്വാസവും നിറഞ്ഞുനിന്ന ധവളമയമായ കടാക്ഷങ്ങൾ. കൊലയാളികളായ ദസ്യുക്കൾപോലും അവളുടെ നോട്ടത്തിൽ വിറച്ചുപോകുമായിരുന്നു. അവളുടെ ഉള്ളിൽ ഭ്രമപൂർണമായ സ്നേഹഭാവം യൗവനത്തിന്റെ പ്രഥമാവേശം ഉണർത്താൻ തുടങ്ങിയിരുന്നു. രാഗരഞ്ജിതയായ സന്ധ്യ സമുദ്രത്തിന്റെ മാറിൽ മന്ദമായി നൃത്തം ചെയ്യാൻ തുടങ്ങി. കെട്ടിവയ്ക്കാത്ത ചുരുൾമുടി അവളുടെ പുറത്ത് പറന്നു കളിച്ചു. അടക്കാനാകാത്ത ആവേശത്തോടെ ബുധഗുപ്തൻ ദിവ്യതേജസ്സുള്ള ആ തരുണീമണിയെ നോക്കി നിന്നു. അയാൾ വിസ്മയത്തോടെ തന്റെ ഹൃദയത്തിൽ പരതി നോക്കി. അവിചാരിതമായി ഒരു പുതിയ വസ്തു കണ്ടെത്തിയതുപോലെ അയാൾക്ക് തോന്നി. ഒരു അപൂർവ സൗന്ദര്യം!

“നമ്മൾ ദ്വീപിന് സമീപം എത്തിക്കഴിഞ്ഞു.” നാവികൻ മുന്നറിയിപ്പു നൽകി. നൗക കരയ്ക്കടുത്തു. ചമ്പ നിർഭയം കരയിലേക്ക് ചാടിയിറങ്ങി. അവളുടെ പുറകെ തുഴയുന്നവരും ഇറങ്ങി.

“ഈ ദ്വീപിന് ഇതുവരെ ഒരു പേര് ഉണ്ടായിട്ടില്ലെങ്കിൽ നമ്മൾ ഇതിനെ ചമ്പാ ദ്വീപ് എന്നു വിളിക്കും.” ബുധഗുപ്തൻ പറഞ്ഞു.

ചമ്പ അതുകേട്ട് പുഞ്ചിരിതൂകി.

4

അഞ്ച് വർഷങ്ങൾ കടന്നുപോയി

ശരത്കാലത്തെ വെള്ളിനക്ഷത്രങ്ങൾ നീലാകാശത്തിൽ മിന്നിത്തിളങ്ങി. ചന്ദ്രന്റെ തിളക്കമാർന്ന വിജയത്തിൽ ശാരദലക്ഷ്മി അന്തരീക്ഷത്തിൽ ആശീർവാദത്തിന്റെ പൂക്കളും മലരുകളും വാരിവിതറി.

ചമ്പാ ദ്വീപിലെ ഒരു വലിയ മാളികയിൽ തടവുകാരിയെപ്പോലെ കഴിയുന്ന ചമ്പാദേവി ദീപം തെളിയിക്കുകയായിരുന്നു. വളരെ പണിപ്പെട്ട് അവൾ ഒരു അഭ്രപേടകത്തിൽ ദീപം കൊളുത്തി വച്ചിട്ട് മൃദുലാർദ്രമായ വിരലുകൾകൊണ്ട് ചരട് വലിച്ച് പേടകം മുകളിലേക്ക് ഉയർത്തി. അവളുടെ നിഷ്കളങ്കമായ കണ്ണുകൾ സന്തോഷത്തോടെ മുകളിലേക്ക് ഉയരുന്ന പേടകം നോക്കി നിന്നു. തന്റെ ആകാശദീപം നക്ഷത്രങ്ങളുമായി കൂടിക്കളിക്കണമെന്നായിരുന്നു അവളുടെ ആഗ്രഹം. എന്നാൽ അത് സംഭവിക്കാൻ പോകുന്നില്ല എന്നറിഞ്ഞ് അവൾ തന്റെ കണ്ണുകൾ പിൻവലിച്ചു.

ജലപ്പരപ്പിനു മീതെ വെള്ളിയലങ്കാരങ്ങൾ അണിയിച്ചുകൊണ്ടിരുന്ന തിരകൾ വരുന്നു. ബാലികമാർക്കുവേണ്ടി വസ്ത്രങ്ങളും ഇന്ദ്രനീലവും കൊണ്ട് ശൈലമലകൾ തീരത്ത് കളിയാടിക്കൊണ്ടിരുന്നു. അവ മായാവിനികളെപ്പോലെ ഇടയ്ക്കിടെ ചിരിയും കളിയും നിർത്തി മറഞ്ഞുപൊയ്ക്കൊണ്ടിരുന്നു. ദൂരെ ധീവരന്മാർ മുളങ്കുഴലുകളിൽ കൂടി മധുര

സംഗീതം ആലപിക്കുന്നു. ജലരാശിയിൽ അങ്ങിങ്ങ് കടലാസ് വിളക്കുകളുടെ പ്രതിബിംബങ്ങൾ അടുക്കും ചിട്ടയുമില്ലാതെ ഇളകിമറിഞ്ഞുകൊണ്ടിരുന്നു. അവ തുടർച്ചയായി കറങ്ങിക്കൊണ്ടിരിക്കുന്നതുപോലെ തോന്നി.

അന്യമനസ്കയായിത്തീർന്ന ചമ്പാദേവി എഴുന്നേറ്റു നിന്നു. അടുത്ത് ആരെയും കാണാത്തതിനാൽ അവൾ ദാസിയെ വിളിച്ചു. "ജയാ!" ഒരു കറുത്ത യുവതി അവളുടെ മുമ്പിൽ വന്നു നിന്നു. അപരിഷ്കൃതയാണെങ്കിലും അവൾ സുന്ദരിയായിരുന്നു. നീലാകാശം പോലെയുള്ള മുഖത്ത് നക്ഷത്രപംക്തി പോലെയുള്ള പല്ലുകൾ പുറത്തു കാട്ടി അവൾ ചിരിക്കുന്നുണ്ടായിരുന്നു. അവൾ ചമ്പാദേവിയെ "റാണി" എന്നാണ് വിളിക്കാറ്. ബുധഗുപ്തന്റെ ആജ്ഞയായിരുന്നു അത്.

"മഹാനാവികൻ എപ്പോൾ വരുമെന്ന് പുറത്ത്പോയി അന്വേഷിച്ചു വരൂ."

ജയ പുറത്തേക്ക് പോയി. കാറ്റ് – ശക്തിയായി വീശിയടിക്കുന്ന കാറ്റ്, ചമ്പാദേവിയുടെ വസ്ത്രത്തിനുള്ളിൽ ഒളിക്കാൻ ശ്രമിക്കുന്നതുപോലെ തോന്നി. അത് അവളെ ഇക്കിളിപ്പെടുത്തി.

എന്തുകൊണ്ടോ ഇന്ന് ആജ്ഞാതമായ എതോ അബോധത്തിലായതുപോലെ അവൾക്ക് തോന്നി.

ബലിഷ്ഠനും ദീർഘകായനുമായ ഒരു പുരുഷൻ അടുത്തുവന്ന് അവളുടെ തോളിൽ കൈവച്ചു. ചമ്പാദേവി തിരിഞ്ഞു നോക്കി.

ബുധഗുപ്തൻ!

"എന്താ ഭ്രാന്ത് പിടിച്ചോ? ഇവിടെ വന്നിരുന്ന് ഇതുവരെ ദീപം തെളിക്കുകയായിരുന്നു. അല്ലേ? ഇത് ദേവിയുടെ ജോലിയാണോ?" ബുധഗുപ്തൻ ചോദിച്ചു.

ക്ഷീരസാഗരശാലിയായ അനന്തനെ പ്രസാദിപ്പിക്കാൻ ദാസിമാരെ കൊണ്ട് ദീപം തെളിയിക്കുകയോ?

"എനിക്ക് ഇതുകേട്ട് ചിരിക്കാനാണ് തോന്നുന്നത്. ദേവി ആരെയാണ് ഈ ദീപം തെളിച്ച് വഴി കാണിക്കാൻ പോകുന്നത്? സ്വന്തം ദൈവമായി കരുതുന്നവനെയാണോ."

"അതെ അയാളും ചിലപ്പോൾ വഴിതെറ്റി അലഞ്ഞു തിരിയുന്നുണ്ടാകും. അല്ലെങ്കിൽ ബുധഗുപ്തന് ഇത്രയൊക്കെ ഐശ്വര്യമുണ്ടാകുമായിരുന്നോ?"

"അതിലെന്താ ദോഷം? ഈ ദ്വീപിന്റെ അധികാരിയാണ് ചമ്പാറാണി."

"എന്നെ നിങ്ങൾ ഈ ബന്ദീഗൃഹത്തിൽ നിന്ന് ഒന്നു മോചിപ്പിക്കുമോ? ഇനിമുതൽ ബാലി, ജാവാ, സുമത്രാ ദ്വീപുകളിലെ വാണിജ്യമെല്ലാം നിങ്ങളുടെ അധികാരത്തിൻകീഴിലല്ലേ ബുധഗുപ്തൻ! നിങ്ങൾക്ക് ഒരു നൗകമാത്രം ഉണ്ടായിരുന്ന ആ പഴയകാലം എനിക്ക് ഇഷ്ടമായിരുന്നു. അന്ന് ഈ ചമ്പാദ്വീപിന്റെ തീരങ്ങളിൽ വിൽപ്പനച്ചരക്കുകൾ ഇറ

ക്കിവച്ചിട്ട് നമ്മൾ സന്തോഷപൂർവം എത്രയോ തവണ ഇവിടങ്ങളിൽ സഞ്ചരിച്ചിട്ടുണ്ട്! നമ്മുടെ നൗക പുലർവേളകളിൽ നക്ഷത്രങ്ങളുടെ ദിവ്യ ജ്യോതിസിൽ ഈ ജലാശയത്തിനുമീതെ തുള്ളിക്കളിച്ചു സഞ്ചരിച്ചിട്ടുണ്ട്! വിജനമായ ഏകാന്തതയിൽ തുഴച്ചിലുകാർ ദീപങ്ങൾ അണച്ചിട്ട് ഉറങ്ങു മ്പോൾ നമ്മളും ക്ഷീണിച്ച് പാമരത്തിന്റെ പായകൊണ്ട് ശരീരം മൂടി മുഖത്തോടു മുഖം നോക്കി നിന്നുപോയിട്ടുണ്ട്. – നക്ഷത്രങ്ങളുടെ കീഴിൽ! ഓർമയുണ്ടോ നിങ്ങൾക്ക്?"

"ചമ്പാദേവി, എന്നാൽ ഇന്ന് നമുക്ക് അതിലും നല്ല രീതിയിൽ ഇവി ടങ്ങളിൽ സഞ്ചരിക്കാൻ കഴിയും. നീ എനിക്ക് ജീവൻ നൽകിയവളാണ് എന്റെ സർവതും നീ തന്നെയാണ്."

"അല്ലല്ല. നീ ദസ്യുവൃത്തി ഉപേക്ഷിച്ചെങ്കിലും നിന്റെ ഹൃദയം ഇപ്പോഴും കരുണയറ്റതും തൃഷ്ണ നിറഞ്ഞതുമാണെന്ന് എനിക്കറിയാം. നീ ദൈവത്തെ പരിഹസിക്കുന്നവനല്ലേ. എന്റെ ആകാശദീപത്തെ നീ ആക്ഷേപിക്കുന്നു. അന്നൊക്കെ കൊടുങ്കാറ്റിൽ പ്രകാശകിരണങ്ങൾക്കു വേണ്ടി നാം എത്രമാത്രം വ്യാകുലപ്പെട്ടിരുന്നു. എനിക്ക് ഓർമയുണ്ട് – ഞാൻ കുട്ടിയായിരുന്നപ്പോൾ എന്റെ അമ്മ ജോലിക്കായി കടലിൽ പോയ എന്റെ പിതാവിനുവേണ്ടി നീളമുള്ള മുളയിൽ ഇതുപോലെ ഒരു അഭ്ര പേടകത്തിൽ ദീപം തെളിച്ച് ഗംഗാതീരത്തു കൊണ്ടു വച്ചു പ്രാർഥിക്കു മായിരുന്നു – "ദൈവമേ വഴി തെറ്റിപ്പോകുന്ന എന്റെ നാവികന് നീ നേർവഴി കാട്ടിക്കൊടുക്കണമേ" എന്ന്. വർഷങ്ങൾക്കു ശേഷം എന്റെ പിതാവ് മടങ്ങിവന്ന് അമ്മയോട് പറയുന്നത് ഞാൻ കേട്ടിട്ടുണ്ട് – "സാധ്വിയായ നിന്റെ പ്രാർഥനകൊണ്ടു മാത്രമാണ് ഭയങ്കരമായ അപക ടങ്ങളിൽ നിന്ന് ദൈവം എന്നെ രക്ഷിച്ചതെന്ന്." അതുകേട്ട് എന്റെ അമ്മ നിരുദ്ധകണ്ഠയായിത്തീരും. എന്റെ അമ്മ – "അല്ലയോ മഹാനാവികാ! ഈ ദീപം അവരുടെ പുണ്യ സ്മൃതിക്കുവേണ്ടി തെളിക്കുന്നതാണ്. എന്റെ പിതാവിന്റെ മരണത്തിന് കാരണക്കാരനായ ദുഷ്ടജലദസ്യുവാണ് നീ. മാറിപ്പോകൂ എന്റെ മുമ്പിൽ നിന്ന്."

ചമ്പാദേവിയുടെ മുഖം കോപം കൊണ്ട് ചുവന്നു. ബുധഗുപ്തൻ ഇങ്ങനെയൊരു രൂപം ഇതിനു മുമ്പ് കണ്ടിട്ടില്ല. അയാൾ ഉഗ്രമായി പൊട്ടി ച്ചിരിച്ചുകൊണ്ട് പറഞ്ഞു: "എന്താണ് ചമ്പാദേവി, ഇതൊക്കെ? നീ വളരെ അസ്വസ്ഥയാണ്. പോയിക്കിടന്ന് ഉറങ്ങു."

ഇതു പറഞ്ഞിട്ട് ബുധഗുപ്തൻ പുറത്തേക്ക് ഇറങ്ങിപ്പോയി. ചമ്പ കോപത്താൽ തന്റെ മുഷ്ടി ചുരുട്ടിപ്പിടിച്ചുകൊണ്ട് ഭ്രാന്തത്തിയെപ്പോലെ അങ്ങോട്ടും മിങ്ങോട്ടും നടന്നു.

5

തിരമാലകൾ നിർജനമായ തീരത്ത് തട്ടി ചിതറി തെറിച്ചുകൊണ്ടി രുന്നു. പശ്ചിമദിക്കിൽ ക്ഷീണിതനായ സഞ്ചാരിയുടെ മുഖം വിവർണ മായി. ഗംഭീര കോലാഹലമുണ്ടാക്കിയ സമുദ്രം ശാന്തമായി. വിളറി

മങ്ങിയ പ്രകാശകിരണങ്ങൾ കണ്ട് വിരക്തനായതുപോലെ സമുദ്രം ചിന്തയിൽ മുഴുകുകയായിരുന്നു.

ചമ്പാദേവി ജയയെ കൂട്ടിക്കൊണ്ട് സമുദ്രതീരത്ത് വന്നു നിൽക്കുകയാണ്. തിരകളിൽ തട്ടിവരുന്ന പവനൻ അവളുടെ വസ്ത്രങ്ങളെ ഇളക്കി മറിച്ചുകൊണ്ടിരുന്നു.

ജയ ഒരു ചെറിയ തോണി വിളിച്ചുവരുത്തി. രണ്ടുപേരും തോണിയിൽ കയറി ഇരുന്നതോടെ തോണിക്കാരൻ കരയിൽ ഇറങ്ങിനിന്നു. ജയയാണ് തോണി തുഴഞ്ഞത്. ചമ്പാദേവി മന്ത്രമുഗ്ദ്ധയെപ്പോലെ സമുദ്രത്തിന്റെ വിരിമാറിൽ ചേർന്നലിയാൻ കൊതിച്ചു.

അപാരമായ ജലപ്പരപ്പ്. തണുപ്പ് സഹിക്കാൻ കഴിയുന്നില്ല. എങ്കിലും ഹൃദയത്തിലെ ദാഹം ശമിക്കുന്നില്ല. ഈ ജലം കുടിക്കുകയോ? തീരങ്ങളിൽ തട്ടി പരുക്കേറ്റ കടൽ അലറിക്കരയുകയാണ്. സ്വയം ജ്വലിച്ചുതീരുന്ന ആ സ്വർണഗോളംപോലെ സമുദ്രത്തിലേക്ക് താഴ്ന്നിറങ്ങി ഇല്ലാതായാലോ? തോണി നിൽക്കേ അന്തരീക്ഷത്തിൽ ജ്വലിച്ചുതീരാറായ ശോഭയാർന്ന സൂര്യഗോളം മെല്ലെമെല്ലെ കാൽ ഭാഗമായും പകുതിയായും പിന്നെ മുഴുവനായും സമുദ്രത്തിൽ മുങ്ങി മറഞ്ഞുപോയി. ചമ്പാദേവി ദീർഘ നിശ്വാസത്തോടെ മുഖം തിരിച്ചു. മഹാനാവികൻ ബുധഗുപ്തന്റെ പത്തേമാരി അവളുടെ ചെറുതോണിക്കടുത്ത് എത്തി. ബുധഗുപ്തൻ കുനിഞ്ഞ് നിന്ന് കൈനീട്ടി. ചമ്പാദേവി അയാളുടെ കൈപിടിച്ച് കെട്ടുവള്ളത്തിലേക്കു കയറി. രണ്ടുപേരും അടുത്തടുത്ത് ഇരുന്നു.

“ഇത്ര ചെറിയ തോണിയിൽ സഞ്ചരിക്കുന്നത് ശരിയല്ല.” ബുധഗുപ്തൻ പറഞ്ഞു. “ഇവിടെ അടുത്തുതന്നെ ജലത്തിനടിയിൽ പാറക്കെട്ടുകളുണ്ട്. തോണി പാറക്കെട്ടിൽ തട്ടിപ്പോയാൽ....... ചമ്പാ!.......”

“എങ്കിൽ എത്ര നന്നായിരുന്നേനെ ബുധഗുപ്തൻ! ഈ സമുദ്രത്തിന്റെ അഗാധതയിലേക്ക് ആഴ്ന്നിറങ്ങി പോകുന്നത് ആ കോട്ടയ്ക്കുള്ളിൽ ഒരു തടവുകാരിയെപ്പോലെ കഴിയുന്നതിനെക്കാൾ എത്ര നല്ലതാണ്!”

“കഷ്ടം. ചമ്പാ, നീ എത്ര ഭയമില്ലാത്തവളാണ്! ഈ ബുധഗുപ്തനോട് നീ ഒരിക്കൽ ഒന്ന് ആജ്ഞാപിച്ചു നോക്കൂ. അപ്പോളറിയാം ഇവൻ എന്താണ് ചെയ്യുന്നതെന്ന്. നിനക്കുവേണ്ടി ഞാൻ ഇവിടെ പുതിയൊരു ദ്വീപ്തന്നെ സ്ഥാപിക്കും. ഒരിക്കൽ മാത്രം നീ ഒന്ന് പിരീക്ഷിച്ചു നോക്കൂ. നീ പറഞ്ഞാൽ ഈ ബുധഗുപ്തൻ സ്വന്തം ഹൃദയംപോലും കൃപാണത്താൽ മുറിച്ചെടുത്ത് സ്വന്തം കൈകൾകൊണ്ട് ഈ സമുദ്രജലത്തിലേക്ക് എറിഞ്ഞുകളയും. മഹാ നാവികൻ ബുധഗുപ്തൻ! ബാലി, ജാവാ, ചമ്പാ ദ്വീപുകളുടെ അന്തരീക്ഷത്തിൽ മുഴങ്ങി നിൽക്കുന്ന ആ പേര് കേട്ട് കാറ്റുപോലും വിറകൊള്ളും. ആ മഹാനാവികൻ ഇന്ന് ഇതാ സ്വന്തം കാൽമുട്ടുകളിൽ നീന്തിവന്ന് നിന്റെ മുമ്പിൽ ഒരു ഭിക്ഷാംദേഹിയെപ്പോലെ ഇരിക്കുന്നു.” ശൈലമലകളുടെ മുകളിൽ വിസ്തൃതമായ ജലപ്രദേശം ഹരിതാഭ പൂണ്ടിരുന്നു. നീലാപിംഗളവർണമാർന്ന സന്ധ്യ. പ്രകൃതിയുടെ

മനോഹരമായ ഒരു സഹൃദയ സങ്കൽപ്പം അവിടെ ഒരു സ്വപ്നലോകം സൃഷ്ടിക്കാൻ തുടങ്ങി. ആ മോഹിനിയുടെ രഹസ്യം നിറഞ്ഞ നീലരാജികൾ നിർമിച്ച ഇന്ദ്രജാലം സ്പഷ്ടമായിത്തീർന്നു. അന്തരീക്ഷമാകെ ഒരു ലഹരിയിൽ കുളിച്ചുനിൽക്കുന്നതുപോലെ തോന്നി. സൃഷ്ടി നീലത്താമരകളാൽ നിറഞ്ഞു കണ്ടു. ആ സൗന്ദര്യത്തിൽ മോഹിതയായിത്തീർന്ന ചമ്പാദേവി സ്വന്തം കൈകൾ കൊണ്ട് ബുധഗുപ്തന്റെ ഇരുകൈകളും കൂട്ടിപ്പിടിച്ചു നിന്നു. ചക്രവാളത്തിൽ ആകാശവും സമുദ്രവും ഒന്നുചേരുന്നതുപോലുള്ള ആശ്ലേഷം. ആ പരിരംഭണത്തിൽ നിന്ന് പെട്ടെന്ന് ഉണർന്ന് പിൻവാങ്ങിയ ചമ്പാദേവി തന്റെ കഞ്ചുകത്തിനുള്ളിൽ ഒളിപ്പിച്ചുവച്ചിരുന്ന കൃപാണം വലിച്ചൂരി എടുത്തു.

"ബുധഗുപ്തൻ! ഞാൻ ഇന്ന് എന്റെ പ്രതികാരത്തിന്റെ പ്രതീകമായ കൃപാണം ഇതാ ഈ സമുദ്രത്തിന്റെ അഗാധതയിലേക്ക് എറിഞ്ഞുകളയുകയാണ്. എന്റെ ഹൃദയം എന്നെ വഞ്ചിച്ചു. ഒന്നല്ല, പലതവണ."

കൃപാണം തിളക്കത്തോടെ സമുദ്രഹൃദയം മുറിപ്പെടുത്തിക്കൊണ്ട് അതിന്റെ ആഴങ്ങളിലേക്ക് ആണ്ടിറങ്ങി.

"അപ്പോൾ നീ എന്നോടു ക്ഷമിച്ചിരിക്കുന്നുവെന്ന് ഞാൻ വിശ്വസിക്കട്ടെ?" ബുധഗുപ്തൻ ഗദ്ഗദകണ്ഠനായി ആശ്ചര്യപൂർവം ചോദിച്ചു.

"വിശ്വസിക്കുകയോ? വേണ്ട. ഒരിക്കലും വേണ്ട ബുധഗുപ്തൻ! എന്നെ വഞ്ചിച്ച എന്റെ ഹൃദയത്തെ വിശ്വസിക്കാൻ കഴിയാത്തപ്പോൾ ഞാനത് എങ്ങനെ പറയും? ഞാൻ നിന്നെ വെറുക്കുന്നു. എന്നാലും ഞാൻ എനിക്കുവേണ്ടി മരിക്കാൻവരെ ഒരുക്കമാണ്. ഇത് തികഞ്ഞ അനീതിയാണ്. ഞാൻ നിന്നെ സ്നേഹിക്കുന്നുണ്ട്." ചമ്പാദേവിക്ക് കരച്ചിൽ അടക്കാൻ കഴിഞ്ഞില്ല.

നിറമാർന്ന സ്വപ്നങ്ങളുമായി സന്ധ്യാദേവി മിഴികൾ പൂട്ടി. ഒരു ദീർഘനിശ്വാസത്തോടെ മഹാനാവികൻ പറഞ്ഞു:

"ജീവിതത്തിന്റെ പുണ്യം നിറഞ്ഞ ഈ നിമിഷങ്ങളുടെ ഓർമയ്ക്കായി ഞാൻ ഇവിടെ ഒരു പ്രകാശഗോപുരം നിർമിക്കും. ഈ കുന്നിൻമുകളിൽ. ഒരുപക്ഷേ എന്റെ ജീവിതത്തിന്റെ നിറം മങ്ങിയ സന്ധ്യ അതിലൂടെ പ്രകാശമയമായിത്തീർന്നേക്കാം."

6

ചമ്പാദ്വീപിന്റെ മറുകരയിൽ വളരെ ദൂരംവരെ സമുദ്രത്തിൽ ആണ്ടുകിടക്കുന്ന ശൈലമാലകളെ തിരമാലകൾ വന്നു ഇടയ്ക്കിടെ തഴുകുകയും ഇടയ്ക്കിടെ മൂടിക്കളയുകയും ചെയ്യുന്നു. ഇന്ന് ചമ്പാദ്വീപിലെ ആദിവാസികളുടെ ഉത്സവദിനമാണ്. അവർ ആദിവാസി സ്ത്രീകൾ ചമ്പാദേവിയെ ഒരുവനദേവതയെപ്പോലെ അണിയിച്ചൊരുക്കി. താമ്രലിപ്തിയിലെ നൂറുകണക്കിന് സൈനികരുടെയും നാവികരുടെയും നടുവിൽക്കൂടി കുസുമവിഭൂഷിതയായ ചമ്പാദേവി പല്ലക്കിൽ കയറി യാത്രയായി.

ശൈലശിഖരത്തിൽ നാവികർക്കുവേണ്ടി സുദൃഢമായി നിർമിച്ച ദീപ

സ്തംഭം തലയുയർത്തി നിൽക്കുന്നു. ഇന്ന് ആ ദീപസ്തംഭത്തിന്റെ ഉത്സവമാണ്. ബുധഗുപ്തൻ ദീപസ്തംഭത്തിന്റെ കവാടത്തിൽ നില ഉറപ്പിച്ചിരിക്കുകയാണ്. അയാൾ ചമ്പാദേവിയെ കൈപിടിച്ച് പല്ലക്കിൽ നിന്ന് ഇറങ്ങാൻ സഹായിച്ചു. രണ്ടുപേരും അകത്തേക്ക് കയറിയതോടെ വാദ്യഘോഷങ്ങൾ മുഴങ്ങി. പുഷ്പാലംകൃതകളായ വനബാലികമാർ ഇരുവശത്തും നിന്ന് ഇരുവരുടെയും മേൽ പുഷ്പവൃഷ്ടി നടത്തിക്കൊണ്ടിരുന്നു.

ദീപസ്തംഭത്തിന്റെ മുകളിൽ നിന്ന് ജനവാതിലിലൂടെ ആഘോഷപരിപാടികൾ നോക്കിക്കാണുന്ന ചമ്പാദേവി ദാസിയോടു ചോദിച്ചു: "ജയാ! ഈ ബാലികമാരെയെല്ലാം നീ എവിടെനിന്നാണ് കൊണ്ടുവന്നത്?"

"ഇന്ന് റാണിയുടെ വിവാഹമല്ലേ?" ജയ ചിരിച്ചു.

ബുധഗുപ്തൻ അനന്തമായ സമുദ്രത്തിന്റെ വിരിമാറിലേക്ക് നോക്കി നിൽക്കുകയാണ്. ചമ്പാദേവി അയാളുടെ ചുമലിൽ പിടിച്ചു കുലുക്കിക്കൊണ്ട് ചോദിച്ചു:

"ഇത് സത്യമാണോ?"

"നിനക്ക് ഇഷ്ടമാണെങ്കിൽ ഇത് സത്യവുമാകും. ഞാൻ എത്രയോ കാലമായി ഹൃദയത്തിൽ ഒരു അഗ്നിപർവതം തന്നെ പേറികൊണ്ടു നടക്കുകയാണ്."

"നിർത്തൂ മിണ്ടരുത്. ഞാൻ നിസ്സഹായയും ദരിദ്രയുമാണെന്ന് അറിഞ്ഞുകൊണ്ട് നീ എന്നോട് പ്രതികാരം ചെയ്യാൻ ആഗ്രഹിക്കുന്നു. അല്ലേ ബുധഗുപ്തൻ?"

"ഞാനല്ല ചമ്പാറാണീ, നിന്റെ പിതാവിനെ വധിച്ചത്. അദ്ദേഹത്തെ വേറൊരു ജലദസ്യുവാണ് വധിച്ചത്.'

എനിക്ക് ഇത് വിശ്വസിക്കാൻ കഴിഞ്ഞിരുന്നെങ്കിൽ, ആ ദിവസം എത്ര സുന്ദരമാകുമായിരുന്നു! എത്ര സ്പൃഹണീയമാകുമായിരുന്നു! നിർദയത്വത്തിലും നീ മഹത്വമുള്ളവനാകുമായിരുന്നു."

ജയ ആഴത്തേക്ക് ഇറങ്ങിപ്പോയി. സങ്കീർണമായ നടുമുറ്റത്ത് ചമ്പാദേവിയും ബുധഗുപ്തനും അഭിമുഖമായി ഇരിക്കുകയാണ്.

ബുധഗുപ്തൻ ദീർഘമായി നിശ്വസിച്ചു. അയാൾ ചമ്പാറാണിയുടെ കാലിൽ പിടിച്ചുകൊണ്ടു പറഞ്ഞു:

നമ്മൾ ജന്മഭൂമിയായ ഭാരതവർഷത്തിൽ നിന്ന് എത്രയോ അകലെ നിഷ്കളങ്കരായ ഈ പാവങ്ങളുടെ മധ്യത്തിൽ ഇന്ദ്രനെയും ശചീദേവിയെയും പോലെ പൂജിക്കപ്പെടുന്നു. ഏതു ശാപമാണ് നമ്മെ ഇത്രയും കാലം ഇങ്ങനെ വേർതിരിച്ചു നിർത്തിയതെന്നറിയില്ല. നമ്മുടെ ജന്മഭൂമി മഹാന്മാരുടെയും ദാർശനികരുടെയും രാജ്യമാണ്. പക്ഷെ, ഞാൻ അവിടേക്ക് പോയില്ല. ജന്മഭൂമിയെപ്പറ്റിയുള്ള ഓർമ എന്നെ എപ്പോഴും അലട്ടിക്കൊണ്ടിരിക്കുകയാണ്. ഇത്രയേറെ ധനം നേടിയിട്ടും ഞാനിന്നും ദരിദ്രനാണ്. ശിലപോലെ കഠിനമായ എന്റെ ഹൃദയം ഒരു ദിവസം പെട്ടെന്ന് നിന്റെ കരസ്പർശമേറ്റ് ചന്ദ്രകാന്തമണിപോലെ അലിഞ്ഞുപോയി.

ദേവി ചമ്പാ! ഞാൻ ഈശ്വരനിൽ വിശ്വസിക്കുന്നില്ല. ശരിയാണ്. എനിക്ക് യാതൊരു പാപചിന്തയുമില്ല. ദയ എന്താണെന്ന് എനിക്ക് അറിയാൻ കഴിഞ്ഞിട്ടില്ല. ആ ലോകത്തിൽ എനിക്ക് വിശ്വാസമില്ല. എന്നാൽ എന്റെ ഹൃദയത്തിന്റെ ഏതോ ദുർബലമായ ഒരംശത്തിൽ ഇപ്പോൾ ഒരു വിശ്വാസം ഉണ്ടായികൊണ്ടിരിക്കുന്നു. എങ്ങനെയെന്നറിയില്ല. വഴിതെറ്റിപ്പോയ ഒരു നക്ഷത്രംപോലെ പ്രകാശരേഖ നിബിഡാന്ധകാരത്തിൽ പുഞ്ചിരിതൂകിക്കൊണ്ടിരിക്കുന്നു. മൃഗീയ ശക്തിയിലും ധനത്തിലും മാത്രം ഉപാസകനായ എന്റെ ഉള്ളിൽ ഏതോ ശാന്തവും ഏകാന്തവുമായ മോഹങ്ങളുടെ പൊട്ടിച്ചിരികൾ ഉയരാൻ തുടങ്ങിയിരിക്കുന്നു. എന്നാൽ എനിക്ക് ചിന്തിക്കാൻ കഴിയുന്നില്ല.

“ഒരു നൗകയിൽ കണക്കറ്റ ധനവുമായി രാജ്ഞിയെപ്പോലെ ജന്മഭൂമിയിലേക്ക് പോകാൻ നീ വരുകയില്ലേ? ഇന്ന് നമ്മുടെ വിവാഹം നടക്കും. നാളെത്തന്നെ നമ്മൾ ഭാരതത്തിലേക്ക് പുറപ്പെടും. മഹാ നാവികനായ ഈ ബുധഗുപ്തന്റെ ഏതു ആജ്ഞയും സമുദ്രത്തിലെ തിരകൾ അനുസരിക്കും. അവ നമ്മുടെ നൗകകളെ ദക്ഷിണ പവനനെപ്പോലെ ഭൂമിയുടെ തീരദേശത്ത് എത്തിച്ചുകൊള്ളും. വരൂ ചമ്പാറാണീ.”

ചമ്പാറാണി ബുധഗുപ്തന്റെ കൈകൾ സ്വന്തം കൈകൾ കൊണ്ട് കുട്ടിപ്പിടിച്ചു. ആകസ്മികമായ ഒരു ആകർഷണം. ഒരു ആശ്ലേഷം. ദീർഘമായ അധര ചുംബനം.

പെട്ടെന്ന് ഉണർന്നതുപോലെ പരിരംഭണത്തിൽ നിന്ന് മോചിതയായി ചമ്പാറാണി പറഞ്ഞു:

“എനിക്ക് എല്ലാ ഭൂമിയും മണ്ണ് മാത്രമാണ്. എല്ലാ ജലവും തരളമാണ്. എല്ലാ വായുവും ശീതളമാണ്. എന്റെ ഹൃദയത്തിൽ പ്രത്യേകമായ ഒരു ആകാംക്ഷയും അഗ്നിയെപ്പോലെ ജ്വലിച്ചുനിൽക്കുന്നില്ല. എനിക്ക് എല്ലാം ശൂന്യതമാത്രം. അല്ലയോ പ്രിയപ്പെട്ട നാവികാ, നിങ്ങൾ സ്വദേശത്തേക്ക് മടങ്ങിപൊയ്ക്കൊള്ളുക – ലൗകിക സുഖങ്ങൾ വേണ്ടുവോളം അനുഭവിക്കുന്നതിനായി. എന്നെ ഇവിടെ വിട്ടേക്കുക. ഇവിടെ ഈ നിഷ്കളങ്കരായ പാവങ്ങളുടെ ദുഃഖത്തിൽ പങ്കുചേർന്ന് അവരോട് അൽപ്പം സഹാനുഭൂതി പ്രകടിപ്പിക്കുന്നതിനും അവർക്കുവേണ്ടി എളിയ സേവനമനുഷ്ഠിക്കുന്നതിനുമായി എന്നെ ഇവിടെ വിട്ടുപോകൂ.”

“എങ്കിൽ ഞാൻ തീർച്ചയായും പോകും. ഇവിടെ ജീവിച്ചുകൊണ്ട് എന്റെ മനസിനെ നിയന്ത്രിക്കാൻ കഴിയുമെന്ന് കരുതുന്നില്ല. ഞാൻ പോകുന്ന വഴിക്ക് തിരമാലകളിൽ എന്റെ നാശം സംഭവിക്കട്ടെ എന്നാണ് എന്റെ ആഗ്രഹം.” മഹാനാവികന്റെ നിശ്വാസത്തിൽ വ്യഥയും വ്യാകുലതയും നിറഞ്ഞുനിന്നിരുന്നു.

“നീ തനിയെ ഇവിടെ എന്തു ചെയ്യും ചമ്പാദേവീ?” ബുധഗുപ്തൻ വീണ്ടും ചോദിച്ചു.

“നേരത്തെ കരുതിയിരുന്നത് ഈ ദീപസ്തംഭത്തിൽ ദീപങ്ങൾ തെളിച്ച് എന്റെ പിതാവിന്റെ സമാധി ഈ ജലാശയത്തിൽ എവിടെയാ

ണെന്ന് അന്വേഷിക്കണമെന്നായിരുന്നു. എന്നാൽ ഇനി എനിക്കും ഈ ആകാശദീപംപോലെ ഇവിടെത്തന്നെ ജ്വലിച്ചു തീരണമെന്നേയുള്ളൂ."

ഒരു ദിവസം സ്വർണിമ തൂകുന്ന പ്രഭാതത്തിൽ ദീപസ്തംഭത്തിനു മുകളിൽ നിന്നുകൊണ്ട് ചമ്പാദേവി വിദൂരതയിലേക്കു നോക്കി. സമുദ്ര നൗകകളുടെ ഒരു നീണ്ടതാര ചമ്പാദ്വീപ് വിട്ട് വടക്കുപടിഞ്ഞാറു ഭാഗത്തേക്ക് തുഴഞ്ഞുനീങ്ങിക്കൊണ്ടിരിക്കുന്നത് അവൾ കണ്ടു.

അവളുടെ കണ്ണുകൾ ആ കാഴ്ച കണ്ട് നിറഞ്ഞുതുളുമ്പി. ചമ്പാദേവി ജീവിതാവസാനം വരെ ദീപസ്തംഭത്തിൽ ദീപങ്ങൾ തെളിച്ച് വിദൂരതയിൽ എന്തിനെയോ അന്വേഷിച്ചു കൊണ്ടിരുന്നു. ഒരു ദിവസം കാലത്തിന്റെ കരാളജിഹ്വ അവളെയും ഗ്രസിച്ചു കളഞ്ഞു.

ചമ്പാദ്വീപ് നിവാസികൾ മമത്വമതിയായ ചമ്പാദേവിയുടെ സമാധിയിൽ പൂക്കളർപ്പിച്ചു കഴിഞ്ഞുകൂടി.

3

യാചകി

(ജയശങ്കർ പ്രസാദ്)

ഗംഗാദേവി സൈകതകംബളം പുതച്ചുകൊണ്ട് തണുത്തുവിറച്ച് കിടന്നുറങ്ങുകയാണ്. പുലരിയോടടുക്കുംതോറും ശീതം മൂടൽമഞ്ഞായി മാറിക്കൊണ്ടിരിക്കുന്നു. പൂർവചക്രവാളത്തിൽ മൂന്നുനാല് രജതരേഖകൾ ഒഴുകിയെത്താൻ തുടങ്ങുന്നതുപോലെ കാണപ്പെട്ടു. ധർമ്മിനിഷ്ഠരായ ഭക്തജനങ്ങൾ ഗംഗാസ്നാനത്തിനായി എത്തിക്കൊണ്ടിരുന്നു.

നിർമലിന്റെ അമ്മ ഗംഗയിൽ തീർഥസ്നാനം നടത്തുകയാണ്. ഈ സമയത്ത് നിർമൽ ഒരു പാണ്ഡയുടെ അടുത്തുചെന്നിരുന്ന് ധർമഭീരുക്കളായ ഭക്തന്മാരുടെ ഭക്തി പ്രകടനങ്ങൾ കൗതുകപൂർവം നോക്കി പുഞ്ചിരിതൂകിക്കൊണ്ടിരുന്നു.

അയാളുടെ അമ്മ പുണ്യസ്നാനം കഴിഞ്ഞ് കയറിവന്നു. അവർ ഒരു കമ്പിളികൊണ്ട് ശരീരം മുഴുവൻ മൂടിപ്പുതച്ചിരിക്കുന്നു. അവർ സ്നേഹപൂർവം നിർമലിനോട് ചോദിച്ചു: "നീ തീർത്ഥസ്നാനം ചെയ്യുന്നില്ലേ?"

"ഇല്ലമ്മേ. ഞാൻ വെയിലുറച്ചുകഴിഞ്ഞ് വീട്ടിൽനിന്ന് കുളിച്ചുകൊള്ളാം."

ഇതുകേട്ട് പാണ്ഡാജി ചിരിച്ചുകൊണ്ട് പറഞ്ഞു: "അമ്മാ! ഇപ്പോഴത്തെ കുട്ടികൾക്ക് പുണ്യധർമങ്ങളെപ്പറ്റി വല്ലതും അറിയുമോ? അതെല്ലാം നിങ്ങളൊക്കെ ജീവിച്ചിരിക്കുന്ന കാലത്തോളമല്ലേയുള്ളൂ."

പണ്ഡായുടെ സംസാരം നിർമലിന് അത്ര പിടിച്ചില്ല. അയാളുടെ മുഖം പെട്ടെന്നു ചുവന്നു. എന്നാൽ ഒന്നും പറഞ്ഞില്ല.

അമ്മ സങ്കൽപ്പങ്ങളോടെ പണ്ഡാജിക്ക് ദാനം ചെയ്യാൻ തുടങ്ങി. വെളിച്ചം നാലുപാടു പരന്നുതുടങ്ങി.

ശ്വേതദന്തനിരയിലൂടെ നിഷ്കളങ്കമായ പുഞ്ചിരി തൂകിക്കൊണ്ട് ഒരു ബാലിക അവരുടെ അടുത്തുവന്നു. "എനിക്ക് എന്തെങ്കിലും തരണേ അമ്മ!" അവർ പറഞ്ഞു.

പതിനാലു വയസ്സ് തോന്നിക്കുന്ന ഒരു പെൺകുട്ടി. അവൾ ഭിക്ഷ യാചിക്കുകയാണ്. പണ്ഡാജിക്ക് അവളോട് ദേഷ്യം തോന്നി. "പോ...... മാറിപ്പോ......" പണ്ഡാജി അവളെ ശകാരിച്ചു.

"അമ്മേ! ആ കുട്ടിക്കും വല്ലതും കൊടുത്തേക്കൂ അമ്മേ!" നിർമൽ പറഞ്ഞു.

ഭക്തിയിലും സങ്കൽപ്പത്തിലും മാത്രം മുഴുകിയിരുന്ന അമ്മ ആ കുട്ടിയെ ഒന്നു നോക്കുകപോലും ചെയ്തില്ല.

മുഷിഞ്ഞ് ജീർണിച്ച വേഷം. അവളുടെ മുഖത്ത് ദരിദ്രഹൃദയത്തിന്റെ ദയനീയത തോന്നിക്കുന്ന ചിരിയും കരച്ചിലും ഒരുമിക്കുന്നത് നിർമൽ ശ്രദ്ധിച്ചു. അവളുടെ കണ്ണുകൾ ഏതോ അപൂർണതയുടെ കഥ പറയുന്നതായി തോന്നി. എണ്ണമയം തീണ്ടിയിട്ടുപോലുമില്ലാത്ത അവളുടെ തലമുടി ആകെ ജഡ പിടിച്ചുകിടക്കുന്നു. കൺപീലികളുടെ അഗ്രഭാഗത്ത് ഏതോ സങ്കൽപ്പങ്ങളുടെ ജലബിന്ദുക്കൾ ഇറ്റുവീഴാൻ ഒരുങ്ങി നിൽക്കുന്നു. കാരുണ്യവും ദയനീയതയും നിറഞ്ഞ കാഴ്ച.

ധർമപരായണയായി അമ്മ പുണ്യസ്നാനവും ദക്ഷിണയും കഴിഞ്ഞ് നിർമലിന്റെ കൂടെ വീട്ടിലേക്ക് മടങ്ങി. അവരുടെ കയ്യിൽ നിന്ന് എന്തെങ്കിലും കിട്ടുമെന്ന മോഹത്തോടെ ബാലിക അവരുടെ പിന്നാലെ നടന്നു.

നിർമൽ ഭാവുകത്വം തികഞ്ഞ ഒരു യുവാവാണ്. അയാൾ ബാലികയോട് ചോദിച്ചു: "നീ എന്തിനാണ് കുട്ടീ, ഇങ്ങനെ ഭിക്ഷ യാചിച്ചു നടക്കുന്നത്?"

ബാലികയുടെ തോളിൽ തൂങ്ങുന്ന സഞ്ചിയുടെ സുഷിരങ്ങളിൽക്കൂടി ഭിക്ഷ കിട്ടിയ ധാന്യമണികൾ നിലത്ത് വീണുകൊണ്ടിരുന്നു. അവൾ സഞ്ചി ശരിയാക്കിയിട്ട് വയറിൽ തൊട്ടുകൊണ്ട് പറഞ്ഞു:

"വയറ് പോറ്റുന്നതിനുവേണ്ടിയാണ് ബാബു."

"നിനക്ക് എവിടെയെങ്കിലും വല്ല ജോലിയും ചെയ്ത് ജീവിച്ചുകൂടേ?......."

അയാൾ അമ്മയോട് ചോദിച്ചു: "അമ്മേ! ഈ കുട്ടിയെ നമ്മുടെ വീട്ടിൽ ജോലിക്ക് നിർത്തിക്കൂടേ? ധനിയ ആണെങ്കിൽ മിക്കവാറും ദിവസങ്ങളിൽ വരാറുമില്ലല്ലോ.."

അമ്മയുടെ മുഖം ഗംഭീരമായി. അവർ പറഞ്ഞു: "വിളിച്ചു നിർത്തിക്കൊള്ളൂ. ഏതു ജാതിയാണ്, എങ്ങനെയുള്ളവളാണ്, ഇതൊന്നും അന്വേഷിക്കുകയും അറിയുകയും വേണ്ടല്ലോ. വിളിച്ചു നിർത്തിക്കൊള്ളുക; അല്ലാതെന്താ?"

"അമ്മേ! ദരിദ്രർക്ക് ഒരു ജാതിയേ ഉള്ളു എന്ന് അറിയില്ലേ?"

ഇതു കൂടി കേട്ടപ്പോൾ അമ്മയുടെ ദേഷ്യം ഒന്നുകൂടി വർദ്ധിച്ചു.

അമ്മയും മകനും തമ്മിലുള്ള സംസാരം കേട്ട് ബാലിക നിരാശയോടെ മടങ്ങിപ്പോയി. ആകാശത്ത് ഉരുണ്ടുകൂടി വന്ന മഴക്കാറ് പെയ്യാതെ പോയി.

ഈ സംഭവംമൂലം നിർമലിന്റെ ഹൃദയം ഏറെ വേദനിച്ചു. എന്നാൽ അയാൾ നിസ്സഹായനായിരുന്നു. നിവർത്തിയില്ലാതെ അമ്മയോടൊപ്പം

വീട്ടിലേക്ക് മടങ്ങി.

പിന്നിൽനിന്ന് ഭൈരവി രാഗത്തിലുള്ള ഗാനം വായുവിൽ ആന്ദോളനം സൃഷ്ടിക്കുന്നത് കേൾക്കാമായിരുന്നു.

* * *

വെയിൽ ഗംഗയുടെ വക്ഷസിൽ നൃത്തംവച്ചു തിളങ്ങി. യാചക ബാലിക കരിങ്കൽപ്പടവുകളിൽ സൂര്യനു നേരെ നോക്കി എന്തോ മന്ത്രിച്ചുകൊണ്ടു നിന്നു.

അടുത്ത ദിവസം നിർമൽ ജ്യേഷ്ഠത്തിയമ്മയുടെ കൂടെയാണ് ഗംഗാസ്നാനത്തിനു വന്നത്. അവരുടെ നാലുവയസുള്ള പുത്രനെ എടുത്തുകൊണ്ട് അയാൾ കൽപ്പടവുകൾ ഇറങ്ങി.

"നിർമൽ! നീയും ഇന്ന് പുണ്യസ്നാനം നടത്തുന്നുണ്ടായിരിക്കുമോ?" ജ്യേഷ്ഠത്തിയമ്മ ചോദിച്ചു.

"ജ്യേഷ്ഠത്തി, നിങ്ങൾ ഈ പിഞ്ചുകുഞ്ഞിനെ കൊടുംതണുപ്പത്ത് സ്നാനം ചെയ്യിക്കുന്നത് ധർമമാണെന്നു കരുതുമ്പോൾ ഞാൻ മാത്രം എന്തിന് വേണ്ടെന്ന് വയ്ക്കണം?

പെട്ടന്ന് നിർമൽ ഒന്നു ഞെട്ടിപ്പോയി. ഇന്നലെ അവിടെ കണ്ട യാചക ബാലിക ഒരുഭാഗത്ത് കൽപ്പടിവിലിരുന്ന് എന്തോ പിറുപിറുക്കുന്നു. നിർമലിനെ കണ്ടപാടെ അവൾ എഴുന്നേറ്റുവന്ന് അയാളോട് പറഞ്ഞു:

"ബാബുജി, നിങ്ങളുടെ കുട്ടി ദീർഘായുസായിരിക്കട്ടെ. നിങ്ങളുടെ ബീബി ദീർഘസുമംഗലിയായിരിക്കട്ടെ. ഇന്ന് എനിക്ക് എന്തെങ്കിലും തരുകയില്ലേ?"

അവളുടെ സംസാരം കേട്ട് നിർമൽ സ്തംഭിച്ചുകൊണ്ട് പറഞ്ഞു:

"ഛെ! മാറിപ്പോകുന്നുണ്ടോ അവിടെനിന്ന്. ഭ്രാന്ത് പറയുന്നോ?"

ബാലികയ്ക്ക് ഭയം തോന്നി. അവളുടെ നിഷ്കളങ്കമായ ചിരി ഗാംഭീര്യത്തിന്റെ മൂടുപടം കൊണ്ട് മറഞ്ഞു പോയി. അവൾ നിശ്ശബ്ദയായി.

നിർമൽ ഗംഗാസ്നാനം കഴിഞ്ഞ് കയറിവന്നു. എല്ലാവരും കൽപ്പടവുകളിൽകൂടി മുകളിലേക്ക് കയറാൻ തുടങ്ങി. ഇന്നലത്തെപ്പോലെ ശ്വേത നിർമലമായ ദന്തനിരകൾ കാട്ടി ചിരിതൂകിക്കൊണ്ട് ബാലികയും അവരുടെ പിന്നാലെ കയറിവന്നു.

"ബാബുജി, എനിക്ക് എന്തെങ്കിലും തരുമോ?"

ജ്യേഷ്ഠത്തിയമ്മയ്ക്ക് ചിരിവന്നു. "ഏയ്, ബാബുജിയുടെ വിവാഹം കഴിഞ്ഞിട്ടില്ല. വിവാഹമാകുമ്പോൾ ക്ഷണക്കത്ത് അയച്ച് നിന്നെയും ക്ഷണിക്കുന്നുണ്ട്. അതുവരെ സന്തോഷമായിരിക്കൂ."

"നിങ്ങളൊക്കെ ഇത്ര ദയ ഇല്ലാത്തവരായിപ്പോയല്ലോ." നിർമൽ പറഞ്ഞു: "ഇന്നലെ ഞാൻ അമ്മയോട് ചോദിച്ചു, ഇവളെ നമ്മുടെ വീട്ടിൽ വേലക്കാരിയായി നിർത്തിക്കൂടേ എന്ന്. അമ്മയ്ക്ക് അപ്പോൾ ഇവളുടെ ജാതി അറിയണമെന്നായി. ഇന്ന് ജ്യേഷ്ഠത്തിയും ഈ കുട്ടിയെ പരിഹസിക്കുകയല്ലേ?

നിർമൽ പറഞ്ഞു തീരുന്നതിനു മുമ്പേ ബാലിക ഇടയ്ക്കു കയറി

പറഞ്ഞു: "ചേച്ചിയമ്മാ, നിങ്ങളെ കണ്ടിട്ട് എനിക്കു തോന്നി, വിവാഹം കഴിഞ്ഞതാണെന്ന്. എനിക്ക് എന്തെങ്കിലും തരാതിരിക്കാൻ വേണ്ടി ഓരോ സൂത്രം പറയുകയാണെന്ന് ഞാൻ വിചാരിച്ചു."

"പോയി തുലയ്, ഭ്രാന്തത്തി. നീ മഹാധിക്കാരിയാണ്."

"ജ്യേഷ്ഠത്തിയമ്മേ, നിങ്ങൾ അവളോട് ഇങ്ങനെ കോപിച്ചിട്ടെന്താ കാര്യം? അവൾക്കിത് വല്ലതും അറിയുമോ? അവളുടെ ദൃഷ്ടിയിൽ പണമുള്ളവരെല്ലാം സുഖിമാന്മാരും വിവാഹിതരുമാണ്. അത് പോകട്ടെ. നമുക്ക് വീട്ടിലേക്ക് പോകാം."

"ശരി. നടക്കൂ. ഇന്ന് ഞാൻ അമ്മയോട് പറഞ്ഞ് ഇവളെ നിന്റെ വേലക്കാരിയാക്കി നിയമിച്ചേക്കാം. പോരേ."

ഇതു പറഞ്ഞ് ജ്യേഷ്ഠത്തിയമ്മ ചിരിച്ചു. എന്നാൽ നിർമലിന്റെ യുവഹൃദയം ഉത്തേജിതമായി. "അതിനെന്താ ഞാൻ ഇവളെ വിവാഹം ചെയ്യാനും ഒരുക്കമാണ്. നിങ്ങളെന്തിനാണ് പരിഹസിക്കുന്നത്?"

ജ്യേഷ്ഠത്തിയമ്മ ഇതുകേട്ട് സ്തംഭിച്ചുപോയി. ബാലിക സ്വാഭാവികമായ നിഷ്കളങ്കതയോടെ പറഞ്ഞു: "രണ്ടുദിവസം ഇരന്നിട്ടും ഒരു പൈസപോലും തരാൻ നിങ്ങൾ കൂട്ടാക്കിയില്ല. എന്നിട്ടും എന്തിനാണ് ബാബു, എന്നെ ചീത്ത പറയുന്നത്.? കല്യാണം കഴിഞ്ഞിട്ട് ചെയ്യാനാണെങ്കിൽ അത് കുറെ അകലെയുള്ള കാര്യമല്ലേ?" അവൾ മുഖം കറുപ്പിച്ചുകൊണ്ട് നടന്നകന്നു.

രാമു കുട്ടിയാണെങ്കിലും നല്ല സൂത്രക്കാരനായിരുന്നു അവൻ അമ്മയുടെ കുപ്പായക്കീശയിൽനിന്ന് കൈവിരലുകൾ കൊണ്ട് രണ്ടണയുടെ ഒരു നാണയമെടുത്ത് യാചകിയുടെ നേരെ എറിഞ്ഞുകൊടുത്തു.

"ഇതാ. എടുത്തുകൊള്ളൂ." അവൻ പറഞ്ഞു.

രാമുവിന്റെ ദയാവായ്പിൽ അവന്റെ അമ്മയും നിർമലിനും സന്തോഷം തോന്നിയെങ്കിലും അവർക്ക് അത് പ്രകടിപ്പിക്കാൻ കഴിഞ്ഞില്ല.

ബാലിക എന്തോ പിറുപിറുത്തുകൊണ്ട് കൽപ്പടവുകൾ കയറി മുകളിലേക്ക് പോയി.

നിർമലിനും ജ്യേഷ്ഠത്തിയമ്മയ്ക്കും മടങ്ങിപ്പോകുന്ന വഴി ഭൈരവി രാഗത്തിലുള്ള അവളുടെ പാട്ട് വളരെ ദൂരത്തോളം കേൾക്കാമായിരുന്നു.

യശ്പാൽ

സ്വാതന്ത്ര്യലബ്ധിക്ക് മുമ്പുതന്നെ രാജ്യത്ത് സാമൂഹികവും രാഷ്ട്രീയവുമായ പരിവർത്തനത്തിനുവേണ്ടി പ്രയത്നിക്കുകയും തൂലിക ചലിപ്പിക്കുകയും ചെയ്ത എഴുത്തുകാരനാണ് യശ്പാൽ. സ്വാതന്ത്ര്യ സമരത്തിൽ പങ്കെടുക്കുന്നതിനായി കോളേജ് വിദ്യാഭ്യാസം പോലും ഉപേക്ഷിച്ച് രംഗത്തിറങ്ങി പ്രവർത്തിച്ചിട്ടുള്ളവരുടെ കൂട്ടത്തിൽ യശ്പാലിനുള്ള സ്ഥാനം ചെറുതല്ല.

അദ്ദേഹം ഭഗത്സിങ്ങിനോടൊപ്പം വിപ്ലവ പ്രവർത്തനങ്ങളിൽ പങ്കെടുത്തിരുന്നു. സാമൂഹികമായ അനാചാരങ്ങൾക്കും അന്യായങ്ങൾക്കും ചൂഷണത്തിനുമെതിരായി നിലകൊള്ളുന്നതിനുവേണ്ടി അദ്ദേഹം തന്റെ കഥകളിലും നോവലുകളിലും കൂടി ജനങ്ങളെ ആഹ്വാനം ചെയ്തു.

യശ്പാലിന്റെ നോവലുകളിൽ *ഝൂഠാ സച് (നിറം പിടിപ്പിച്ച നുണകൾ) ദിവ്യ, ദേശദ്രോഹി* തുടങ്ങിയവ പ്രസിദ്ധങ്ങളാണ്. മലയാളത്തിൽ അദ്ദേഹത്തിന്റെ നോവലുകളും അനേകം കഥകളും തർജമചെയ്തു വന്നിട്ടുണ്ട്.

കുടുംബ ജീവിതത്തിൽ ഭാര്യാഭർത്താക്കന്മാരുടെ ഇടയിലുണ്ടാകാറുള്ള സ്വരച്ചേർച്ചയില്ലായ്മയെ എടുത്തുകാണിക്കുന്ന കഥയാണ് *ദുഃഖം.* ജീവിതവൈഷമ്യങ്ങളൊന്നും അറിയാതെ കഴിയുമ്പോഴും നിസ്സാര കാരണങ്ങളിൽ ഭർത്താവിനെ കുറ്റപ്പെടുത്തുകയും അവഗണിക്കുകയും പരിഭവിച്ചു പോകുകയും ചെയ്യുന്ന ഭാര്യമാർ ഇന്നും ജീവിക്കുന്നു. അവരുടെ അവഗണന സഹിക്കാൻ കഴിയാതെ നിരാശനായിത്തീരുന്ന ഭർത്താവും.

മറുഭാഗത്ത് ദാരിദ്ര്യദുഃഖം മൂലം ജീവിതം ദുർവഹമായ ഒരു അമ്മയും മകനും എല്ലാ വൈഷമ്യങ്ങളും സഹിച്ച് പരസ്പര സന്തോഷത്തോടെ കഴിയുന്ന കാഴ്ച. തമ്മിൽ താരതമ്യപ്പെടുത്താൻ കഴിയാത്ത രണ്ടു ജീവിതങ്ങൾ.

4

ദുഃഖം

ഒരാളെ സ്വന്തമെന്നു കരുതി വിശ്വസിക്കുകയും പകരം അയാളിൽനിന്ന് നിഷേധവും അപമാനവും അനുഭവിക്കുകയും ചെയ്യേണ്ടിവരുന്നെങ്കിൽ അതിന് ഇരയാകുന്നയാളിന് ജീവിതത്തിൽ വിരക്തി തോന്നുന്നത് സ്വാഭാവികമാണ്. ചിലപ്പോൾ അയാൾ ജീവിതം അവസാനിപ്പിച്ചുകളയാമെന്നുവരെ ചിന്തിച്ചെന്നിരിക്കും. അത്തരമൊരു അവസ്ഥയെപ്പറ്റി പറഞ്ഞറിയിക്കുക അത്ര എളുപ്പമല്ല.

ദിലീപ് ഹേമയ്ക്ക് എല്ലാ സ്വാതന്ത്ര്യവും അനുവദിച്ചുകൊടുത്തിരുന്നു. അയാൾ ഭാര്യയെ അതിരറ്റ് സ്നേഹിക്കുകയും ബഹുമാനിക്കുകയും

ചെയ്യുമായിരുന്നു. പലരും ഇത് അതിര് കടന്നുപോയി എന്നേ പറയൂ. എന്നാൽ ഇതൊക്കെയായിട്ടും അയാൾക്ക് തന്റെ ഭാര്യയെ സന്തോഷിപ്പിക്കാൻ കഴിഞ്ഞിട്ടില്ല എന്നതാണ് സത്യം.

ദിലീപ് ഒരു ദിവസം ഹേമയുടെ സ്നേഹിതയുമൊത്ത് സെക്കന്റ് ഷോ സിനിമ കാണാൻ പോയിവന്നതിന്റെ പേരിൽ അവൾ അന്നു രാത്രി മുഴുവൻ അയാളോട് പിണങ്ങി കഴിഞ്ഞുകൂടി. പിറ്റേദിവസം രാവിലെ എഴുന്നേറ്റ് അവളുടെ അമ്മയുടെ അടുത്തേക്ക് പോവുകയും ചെയ്തു. ഇതുമൂലം ദിലീപിന് വല്ലാത്ത ദുഃഖവും മനഃക്ഷോഭവും ഉണ്ടായി.

സെപ്തംബർ മാസത്തിലെ അവസാനത്തെ ആഴ്ചയായിരുന്നു. മഴക്കാലം കഴിഞ്ഞെങ്കിലും പകൽ മുഴുവൻ ചാറ്റൽ മഴ പെയ്തുകൊണ്ടിരുന്നു. ദിലീപ് ജനാലയുടെയും വാതിലിന്റെയും കർട്ടൻ വലിച്ചിട്ട് സിറ്റൗട്ടിൽ വന്നിരുന്നു. മനസിലാകെ വിരക്തിയും ഗ്ലാനിയും മാത്രം. സമയം പോകുന്നില്ല. ഓരോ നിമിഷവും കഴിച്ചുകൂട്ടുക പ്രയാസമായി തോന്നി. ദേഷ്യപ്പെട്ട്, ഉറങ്ങാമെന്നു കരുതി അകത്ത് പോയി കിടന്നു. അനുജൻ മുകളിലത്തെ മുറിയിൽ നിന്ന് കോണിപ്പടി വഴി ഇറങ്ങിവരുന്ന ശബ്ദം കേട്ടു. ആലസ്യം നിറഞ്ഞ കണ്ണുകൾ പകുതി തുറന്ന് അയാൾ വാതിൽക്കലേക്ക് നോക്കി.

അനുജൻ വാതിൽക്കൽ വന്ന് കർട്ടൻ നീക്കിയിട്ട് അകത്തേക്ക് നോക്കി ചിരിച്ചു: "ചേട്ടൻ പുറത്ത് പോകുന്നില്ലെങ്കിൽ മോട്ടോർ സൈക്കിൾ ഞാൻ എടുത്തുകൊള്ളട്ടെ?"

ഉറക്കത്തിന് തടസമുണ്ടാകരുതെന്നു കരുതി ദിലീപ് അനുവാദസൂചകമായി കൈകൊണ്ട് ആംഗ്യം കാണിച്ചിട്ട് വീണ്ടും കണ്ണടച്ചു കിടന്നു.

ചുമരിൽ തൂങ്ങുന്ന ക്ലോക്ക് ഒരു മുഴക്കത്തോടെ ആറു മണിയുടെ സൂചന നൽകി. ഒരു തടവുകാരനെപ്പോലെ ഞാൻ എന്തിന് ഈ മുറിയിൽത്തന്നെ കിടക്കണം? എണീറ്റ് ചെന്ന് ജാലകത്തിന്റെ കർട്ടൻ നീക്കി പുറത്തേക്ക് നോക്കി. ഇനി ആരെങ്കിലും വന്ന് ഇഷ്ടമില്ലാത്ത എന്തെങ്കിലും വിഷയം സംസാരിക്കാൻ തുടങ്ങിയെങ്കിലോ എന്ന് അയാൾ ഭയപ്പെട്ടു.

അയാൾ എഴുന്നേറ്റ് ചെന്ന് അനുജന്റെ സൈക്കിളുമെടുത്ത് പുറത്തേക്കിറങ്ങി. അധികമാരുടെയും കണ്ണിൽപ്പെടാതെ തെരുവിലെ ചെളിയിൽ നിന്ന് ഒഴിഞ്ഞുമാറി ഗേറ്റിൽകൂടി പുറത്ത് കടന്ന് പട്ടണത്തിലെ പഴയ ഫസീൽബാഗ് വഴി മോന്റോപാർക്കിൽ എത്തി. വിശാലമായ മൈതാനത്തിൽ ശക്തിയായി അടിച്ചുവരുന്ന പടിഞ്ഞാറൻ കാറ്റിൽ തണുത്ത് വിറച്ച് വന്നിരിക്കാൻ ഈ സമയത്ത് ആർക്കാണ് തോന്നുക!

തണുപ്പുകൊണ്ട് രോഗിയായിത്തീർന്നാൽ തന്റെ സ്ഥിതി വളരെ മോശമായിത്തീർന്നേക്കും. എന്നാലും അതെല്ലാം നിശ്ശബ്ദമായി ഒരു രക്തസാക്ഷിയെപ്പോലെ സ്വയം സഹിക്കുകയല്ലാതെ മറ്റാരെയും തന്റെ ദുഃഖത്തിൽ പങ്ക് ചേരുവാൻ വിളിക്കുകയില്ല. തന്റെ പേരിൽ വിശ്വാസമില്ലാത്തവർക്ക് തന്റെ ദുഃഖം പങ്ക് വയ്ക്കുവാൻ എന്ത് അധികാരമാണുള്ളത്?

ഒരു ദിവസം മരണം നിശ്ശബ്ദമായി വന്ന് തന്റെ രോഗകാരണങ്ങളും ഹൃദയ വ്യഥയും ഏറ്റുവാങ്ങി തന്റെ ശിരസ്സിൽ സാന്ത്വനത്തിന്റെ കരങ്ങൾകൊണ്ട് തലോടി സമാധാനിപ്പിച്ചിട്ടു പോകും. അന്ന് കരയുവാനായി ഇരിക്കുന്നവരുടെ കൂട്ടത്തിൽ ഹേമയും ഉണ്ടായിരിക്കും. തന്റെ അഭാവം വരുത്തിവച്ച നഷ്ടത്തെപ്പറ്റി ഓർത്ത് അവൾ സ്വന്തം പെരുമാറ്റത്തിന്റെ പേരിൽ പശ്ചാത്തപിക്കും. ദിലീപ് സ്വയം നിശ്ശബ്ദനായി ഈ ദുഃഖങ്ങളെല്ലാം സഹിച്ചതിന്റെ പ്രതികാരം ഇത് മാത്രമായിരിക്കും. ഈ തീരുമാനത്തോടെ സന്തോഷപൂർവം ദീർഘമായി നിശ്വസിച്ചു. തണുത്ത കാറ്റ് ഏൽക്കുന്നതിനുവേണ്ടി അവിടെത്തന്നെ എതിർദിശയിലേയ്ക്ക് തിരിഞ്ഞ് ഇരുന്നു.

മൂന്ന് ഫർലോങ് മാത്രം നീളമുള്ള റെയിൽവേ ലൈനിൽകൂടി തീവണ്ടികൾ കടന്നു പൊയ്ക്കൊണ്ടിരുന്നു. ദിലീപ് അതൊന്നും ശ്രദ്ധിച്ചില്ല. എന്നാൽ ഫ്രോണ്ടിയർ മെയിൽ കൊടുങ്കാറ്റിന്റെ വേഗത്തിൽ ബഹളമുണ്ടാക്കിക്കൊണ്ട് കടന്നു പോയപ്പോൾ ദിലീപ് അങ്ങോട്ടു നോക്കി. ഫസ്റ്റ് ക്ലാസിലെയും സെക്കന്റ് ക്ലാസിലെയും കമ്പാർട്ടുമെന്റുകളിൽ നിന്ന് തുടർച്ചയായി വന്നുകൊണ്ടിരുന്ന പ്രകാശത്തിൽ നിന്ന് ഫ്രോണ്ടിയൻ മെയിലാണ് കടന്നു പോകുന്നതെന്നും സമയം ഒൻപതര മണികഴിഞ്ഞു എന്നും മനസിലായി.

ദിലീപ് അവിടത്തെ ഏകാന്തമായ അന്തരീക്ഷത്തിൽ സൈക്കിൾ ഒരു ബെഞ്ചിന്മേൽ ചാരിവച്ചിട്ട് അവിടെത്തന്നെ ഇരുന്നു. തലപ്പാവ് എടുത്ത് ബെഞ്ചിന്മേൽ വച്ചു. തലയിൽ തണുത്ത കാറ്റടിച്ചപ്പോൾ തലച്ചോറിലുണ്ടായ വ്യാകുലതയ്ക്ക് അൽപ്പം ശമനമുണ്ടായതുപോലെ തോന്നി.

താൻ സ്വയം സഹിച്ച അന്യായത്തിന്റെ പ്രതിക്രിയയെപ്പറ്റി ഓർത്തപ്പോൾ മനസ്സ് തെല്ല് ശാന്തമായതുപോലെ തോന്നി. അയാൾ മടങ്ങിപ്പോകാനായി എഴുന്നേറ്റു. ശരീരത്തിന്റെ ക്ഷീണവും ശൈഥില്യവും. ഇനിയും വിട്ടുമാറിയിട്ടില്ല. സൈക്കിൾ ചവിട്ടിക്കൊണ്ട് പോകുന്നതിനു പകരം കൈകൊണ്ട് ഉരുട്ടികൊണ്ട് കാൽനടയായി നടന്നു. ശാഹീമസ്ജിദും കടന്നു. പ്രധാന ഗേറ്റിൽ എത്തി. വഴിയിൽ അധികമാരെയും കണ്ടില്ല. നിരത്ത് വക്കിൽ വൈദ്യുതി വിളക്കുകൾ നിർവികാരമായി മങ്ങിയ വെളിച്ചം പകർന്നു നിന്നിരുന്നു. ചെറിയ കീടങ്ങൾ വഴിവിളക്കുകൾക്ക് ചുറ്റും നൃത്തം വച്ച് പറന്നുകൊണ്ടിരുന്നു. സൗരയൂഥത്തിന്റെ ഒരു അദ്ഭുതകരമായ കാഴ്ച അയാൾ അവിടെ കണ്ടു. കീടങ്ങൾ ഓരോ നക്ഷത്രംപോലെ ചെറുതും വലുതുമായ വൃത്തങ്ങൾ നിർമിച്ചുകൊണ്ട് കറങ്ങിക്കൊണ്ടിരുന്നു. അവ തമ്മിൽ കൂട്ടിമുട്ടാതെത്തന്നെ മുന്നോട്ടും പിന്നോട്ടും ഇടത്തോട്ടും വലത്തോട്ടും വട്ടമിട്ടു പറന്നുകൊണ്ടിരുന്നു. മഴയിൽ നനഞ്ഞു കുളിച്ച് തോർത്താതെ നിൽക്കുന്ന വൃക്ഷങ്ങളുടെ ഇലകൾ വിദ്യുത്പ്രകാശത്തിൽ മിന്നിത്തിളങ്ങി.

ബൾബിന്റെ അടിയിൽനിന്ന് നീങ്ങുമ്പോൾ തന്റെ ശരീരത്തിന്റെ നിഴൽ മുന്നോട്ട് നീണ്ടുപോകുന്നത് കാണാം. മുന്നോട്ട് നടക്കുന്തോറും നിഴൽ പിന്നോട്ടു പോകുന്നു. വൃക്ഷങ്ങളുടെ ശാഖകൾ അയാളുടെ മേൽ നിഴൽ വീഴ്ത്തിക്കൊണ്ട് കടന്നു പോകുന്നു. നിരത്തിൽ വീണു കിടക്കുന്ന നനഞ്ഞ ഇലകൾ വൈദ്യുത ദീപങ്ങളോട് സല്ലപിക്കുന്നതുപോലെ തോന്നി. മനുഷ്യരില്ലാതെ തന്നെ ലോകം എത്ര സുന്ദരവും ചലനാത്മകവുമായിരിക്കുന്നു!

ഏതാനും ചുവടുകൾ മുന്നോട്ടു നടന്നപ്പോൾ നിരത്ത് വക്കിലുള്ള വേപ്പുമരത്തിന്റെ ചുവട്ടിൽ വെളുത്ത നിറത്തിൽ എന്തോ സാധനം ഇരിക്കുന്നതുപോലെ തോന്നി. കുറച്ചുകൂടി മുന്നോട്ട് നടന്നപ്പോൾ അത് ഒരു ചെറിയ കുട്ടിയാണെന്ന് മനസിലായി. അവൻ ഒരു തട്ടം മുമ്പിൽ വച്ചുകൊണ്ട് എന്തോ പലഹാരങ്ങൾ വിൽക്കുന്നതിനായി അവിടെ വന്ന് ഇരിക്കുകയാണ്.

കുട്ടിക്കാലത്ത് കൂട്ടുകാരുമൊത്ത് തെരുവിലൂടെ നടക്കുമ്പോൾ ഇങ്ങനെ ഇരിക്കുന്നവരോട് എന്തെങ്കിലും വാങ്ങിത്തിന്നുമായിരുന്നു. ഇന്ന് അതെല്ലാം വെറും ഓർമകൾ മാത്രം. എന്നാൽ ഈ തണുപ്പിൽ ആരും ഇല്ലാത്ത ഒരിടത്ത് ഈ കുട്ടി എന്തിനാണ് തനിയെ വന്നിരിക്കുന്നത്? അയാൾക്ക് ആശ്ചര്യത്തോടൊപ്പം ജിജ്ഞാസയും തോന്നി.

കുട്ടിയുടെ ക്ഷീണിച്ച ശരീരവും പ്രായവും ദിലീപിനെ അവനിലേക്ക് ആകർഷിച്ചു. രാത്രിയിൽ വിൽപ്പനയ്ക്കായി ഇറങ്ങിത്തിരിച്ച അവന്റെ പക്കൽ ഒരു കടല വിളക്ക് പോലും ഇല്ല. ദിലീപ് അവന്റെ അടുത്ത് ചെന്നു നോക്കി. തണുത്ത കാറ്റേറ്റ് അവന്റെ ശരീരം വിറയ്ക്കുന്നുണ്ടായിരുന്നു. ഒരാൾ തന്റെ അടുത്തേക്ക് വരുന്നത് കണ്ട് കുട്ടി പ്രതീക്ഷയോടെ നോക്കി. വീണ്ടും തലതാഴ്ത്തി ഇരുന്നു.

ദിലീപ് അവനെ ഒന്നുകൂടി ശ്രദ്ധിച്ചു നോക്കി. ഒരു കച്ചവടക്കാരന്റെ സാമർഥ്യമൊന്നും അവന്റെ മുഖത്ത് കണ്ടില്ല. പകരം എന്തോ ഒരു പേടിയോ പരിഭ്രമമോ ആണ് അവിടെ കണ്ടത്. പലഹാരങ്ങൾ വിൽക്കുന്നവരുടെ കൈയിൽ കാണാറുള്ള പരന്ന തളികയോ സാധനങ്ങൾ തൂക്കി കൊടുക്കാനുള്ള ത്രാസോ ഒന്നും കണ്ടില്ല. വീട്ടാവശ്യങ്ങൾക്ക് ഉപയോഗിക്കാറുള്ള ഒരു സാധാരണ പരന്ന തളികയാണ് അവന്റെ മുമ്പിൽ കണ്ടത്. കടലാസ് തുണ്ടുകളിൽ കുറെ പക്കാ വടയുടെ കഷ്ണങ്ങൾ അവന്റെ തളികയിൽ എട്ടിടങ്ങളിലായി വച്ചിട്ടുണ്ട്.

ഈ തണുത്ത രാത്രിയിൽ ഞാനും ഈ കുട്ടിയും മാത്രമാണ് വീടിന് പുറത്തുള്ളത്. ദിലീപ് വിചാരിച്ചു അയാൾ കുട്ടിയുടെ അടുത്തേക്ക് നടന്നു ചെന്നു. മനുഷ്യർ തമ്മിൽ എന്തെല്ലാം വ്യത്യാസങ്ങളാണ്! എന്നാൽ മനുഷ്യത്വം അത് ഒന്നു മാത്രമല്ലേയുള്ളൂ. അത് ചിലപ്പോൾ വേർതിരിവുകളുടെ മതിൽക്കെട്ടുകളെ അതിലംഘിച്ചുകളഞ്ഞെന്നു വരാം.

ഒരാൾ തന്റെ അടുത്ത് വന്നു നിൽക്കുന്നത് കണ്ട് കുട്ടി പറഞ്ഞു: “ഒന്നിന് ഒരണ മാത്രമേയുള്ളു സർ.”

"ഇത് മുഴുവനും കൂടി എത്ര വേണം?"

കുട്ടി ഓരോന്നും വിരൽകൊണ്ട് തൊട്ട് എണ്ണി നോക്കിയിട്ട് പറഞ്ഞു: "എട്ടണ സർ"

'അത് കുറെ കൂടുതലല്ലേ. ഒന്നുകൂടി കുറച്ചു കൂടേ?" വറുതെ അവനോട് സംസാരിക്കാൻവേണ്ടി ചോദിച്ചതാണ്.

ദിലീപിന്റെ ചോദ്യം കേട്ട് തന്റെ സാധനം വിറ്റുപോകുന്നുണ്ടായിരുന്ന പ്രതീക്ഷ അസ്ഥാനത്താണെന്ന് അവന് തോന്നി.

"അമ്മ വഴക്ക് പറയും സർ,"

"നീ ഇതിന്റെ പൈസ അമ്മയുടെ കൈയിൽ കൊണ്ടുപോയി കൊടുക്കുമോ?"

"ങ്അ. കൊടുക്കും."

"ശരി, എന്നാൽ ഇത് മുഴുവനും എനിക്ക് തന്നുകൊള്ളു."

ഇത്ര തണുപ്പുള്ള രാത്രിയിൽ വെറും എട്ടണയുടെ പലഹാരം വിൽക്കാനിറങ്ങിയ ഈ കുട്ടിയുടെ വീട്ടിലെ സ്ഥിതി എന്തായിരിക്കും? ഇതോർത്തപ്പോൾ ദിലീപിന്റെ ഹൃദയം വിറപൂണ്ടു. അയാൾ കീശയിൽ നിന്ന് ഒരു രൂപ എടുത്ത് കുട്ടിയുടെ പാത്രത്തിൽ ഇട്ടുകൊടുത്തു.

നാണയം പാത്രത്തിൽ വീഴുന്ന ശബ്ദം രാത്രിയുടെ നിശ്ശബ്ദതയിൽ മുഴങ്ങികേട്ടു.

"ഒരു രൂപ. എന്റെ കൈയിൽ ബാക്കി തരാൻ ഇല്ല സർ." അവൻ പറഞ്ഞു.

ദിലീപിന് ആ കുട്ടിയുടെ വീട് ഒന്നു കാണണമെന്ന് തോന്നി. അവനോട് ചോദിച്ചു:

'നിന്റെ വീട് എവിടെയാ?"

"അടുത്ത തെരുവിൽ." കുട്ടി പറഞ്ഞു

"എന്നാൽ നീ നടന്നുകൊള്ളു. എനിക്കും അതുവഴിയാണ് പോകേണ്ടത്. പോകുന്ന വഴിക്ക് നിന്റെ വീട്ടിൽ നിന്ന് ബാക്കി പൈസ വാങ്ങിക്കൊള്ളാം."

"വീട്ടിൽ പൈസയൊന്നും ഉണ്ടാവുകയില്ല സർ," അവൻ പരിഭ്രമിക്കന്നതുപോലെ തോന്നി.

"ഉണ്ടാകുമെടോ. നീ നടക്ക്." ദിലീപ് വെറതെ പറഞ്ഞു.

കുട്ടി കാലിയായ തളിക നെഞ്ചോടു ചേർത്തു പിടിച്ചുകൊണ്ട് മുൻപിലും ദിലീപ് സൈക്കിൾ ഉരുട്ടിക്കൊണ്ട് അവന്റെ പിന്നിലുമായി നടന്നു.

"നിന്റെ അച്ഛൻ എന്ത് ചെയ്യുന്നു?"

"അച്ഛൻ മരിച്ചുപോയി സർ."

ദിലീപിന് അൽപ്പനേരം ഒന്നും സംസാരിക്കാൻ കഴിഞ്ഞില്ല. കുറെ ദൂരം നടന്നിട്ട് വീണ്ടും അവനോട് ചോദിച്ചു:

"നിന്റെ അമ്മ എന്ത് ചെയ്യുന്നു?"

"അമ്മ ഒരു വീട്ടിൽ വേലയ്ക്ക് നിൽക്കുകയായിരുന്നു സർ. ഇപ്പോൾ

അവർ എന്റെ അമ്മയെ അവിടുന്ന് പറഞ്ഞുവിട്ടു."

"എന്തിന്?"

"അമ്മേയ്ക്ക് മാസം രണ്ടര രൂപ അവിടെനിന്ന് കിട്ടുമായിരുന്നു. ജഗതുവിന്റെ അമ്മ അവിടുത്തെ സാറിനോട് പറഞ്ഞു. രണ്ട് രൂപയ്ക്ക് അവർ എല്ലാ ജോലിയും ചെയ്തുകൊള്ളാമെന്ന്. ആ സാറിന്റെ ഭാര്യ അമ്മയെ പറഞ്ഞുവിട്ടിട്ട് ജഗതുവിന്റെ അമ്മയെ ജോലിക്ക് നിർത്തി."

ദിലീപ് വീണ്ടും നിശ്ശബ്ദനായി. കുട്ടി നഗ്നമായ അവന്റെ കാലുകൾകൊണ്ട് തെരുവിലെ ചെളിയിൽ ചവുട്ടി ശബ്ദമുണ്ടാക്കിക്കൊണ്ടു നടന്നു. ദിലീപ് ചെളിയിൽ ചവുട്ടാതെ നടക്കാൻ വളരെ പാടുപെട്ടു. കുട്ടിയുടെ നടപ്പിന്റെ വേഗത കുറയ്ക്കാൻ വേണ്ടി അയാൾ വീണ്ടും അവനോടു ചോദിച്ചു:

"നിനക്ക് തണുപ്പ് തോന്നുന്നില്ലേ?"

"ഇല്ല സർ." ശരീരത്തിന് ചൂട് കിട്ടാൻവേണ്ടി അവൻ വേഗം നടന്നു.

"ജഗതുവിന്റെ അമ്മ എവിടെയാണ് ജോലി ചെയ്തിരുന്നത്?"

"അവർക്ക് കുട്ടികളെ സ്കൂളിൽ കൂട്ടികൊണ്ടു പോകുകയും കൊണ്ടുവരുകയും ചെയ്യുന്ന ജോലിയായിരുന്നു. ഇപ്പോൾ സ്കൂളുകാർ കുട്ടികളെ വണ്ടിയിൽ കൊണ്ടുപോകാനും തിരികെ വിടാനും തുടങ്ങി. അങ്ങനെ അവരുടെ ജോലി പോയി."

തെരുവിന്റെ ഒരറ്റത്ത് തെരുവ് വിളക്ക് കത്തുന്നുണ്ടായിരുന്നു. തെരുവോരത്തെ മാളികയിലെ ജനവാതിലിൽകൂടി നേരിയ വെളിച്ചം നിരത്തിൽ പതിച്ചുകൊണ്ടിരുന്നു. വഴിയിലെ ചെളിവെള്ളത്തിൽ വെളിച്ചം വീണ് തിളങ്ങുമ്പോൾ നടപ്പാത കുറേശ്ശെ കാണാൻ കഴിയുന്നുണ്ട്.

ഇടുങ്ങിയ ആ തെരുവിൽ നിരത്തിലേക്ക് തുറക്കുന്ന ഒരു ജനവാതിലിന്റെ വലുപ്പമുള്ള ചെറിയ വാതിൽ. അതിലൂടെ അരണ്ട വെളിച്ചം നിരത്തിലേക്ക് വീഴുന്നുണ്ട്. ആ വാതിലിൽകൂടി കുട്ടി അകത്തേക്ക് കയറിപ്പോയി.

ദിലീപ് നിരത്തിൽത്തന്നെ നിന്നുകൊണ്ട് മുറിയിലേക്ക് നോക്കി. ഒരാൾപ്പൊക്കത്തിലുള്ള മുറി. കാഴ്ചയിൽ വിറകുപുരയാണെന്ന് തോന്നും. ഒരു ചെറിയ എണ്ണവിളക്കിന്റെ മങ്ങിയ വെളിച്ചം മാത്രമേ മുറിയിലുള്ളു. ശ്രാദ്ധത്തിന് പുരോഹിതന് ദാനം ചെയ്യാനുള്ളതുപോലെ ചെറിയൊരു കട്ടിൽ ചുമരിനോട് ചേർത്ത് ഇട്ടിരിക്കുന്നു. അതിന്റെ കാലുകൾക്കുമേൽ രണ്ടുമൂന്ന് മുഷിഞ്ഞ തുണികൾ തൂങ്ങികിടക്കുന്നു. മെലിഞ്ഞ് മധ്യവയസ്കയായ ഒരു സ്ത്രീ ഒരു മുഷിഞ്ഞ വസ്ത്രം പുതച്ച് നിലത്ത് കുനിഞ്ഞിരിക്കുന്നു.

കുട്ടി വരുന്നത് കണ്ട് സ്ത്രീ അവനോട് ചോദിച്ചു: "വല്ലതും വിറ്റുപോയോ മോനേ?"

"ങ്അ..അമ്മേ: മുഴുവൻ വിറ്റുപോയി." രൂപ അമ്മയുടെ കൈയിൽ കൊടുത്തിട്ട് കുട്ടി പറഞ്ഞു: "ബാക്കി ആ ബാബൂവിന് കൊടുക്കണം."

"ഏത് ബാബുവിന് മോനേ?" രൂപ കൈയിൽ വാങ്ങിക്കൊണ്ട് ആശ്ച

ര്യത്തോടെ അമ്മ ചോദിച്ചു.

"അതാ.... വഴിയിൽ സൈക്കിളുമായി നിൽക്കുന്ന ബാബുവിന്. ആ സാറ് മുഴുവനും വാങ്ങി." കുട്ടി ഉത്സാഹത്തോടെ പറഞ്ഞു: "ബാബുവിന്റെ കൈയിൽ ചില്ലറ ഇല്ലായിരുന്നു. അത് ... ആ വഴിയിൽ നിൽപ്പുണ്ട്."

"ചില്ലറ എവിടുന്ന് കിട്ടാനാണ് മോനേ?" ശിരോവസ്ത്രം ശരിയാക്കി ഇട്ടുകൊണ്ട് ദിലീപ് കേൾക്കാൻവേണ്ടി അവർ ഉറക്കെ പറഞ്ഞു: "മോൻ രൂപ ആ ബാബുവിന് കൊണ്ടുപോയി കൊടുത്തേക്ക്. എന്നിട്ട് ബാബുവിന്റെ വീട് എവിടെയാണെന്ന് ചോദിച്ചു വരു. നാളെ അവിടെ ചെന്ന് പൈസ വാങ്ങിയാൽ മതി."

കുട്ടി രൂപയുമായി വഴിയിലേക്ക് ഇറങ്ങിവന്നു. ദിലീപ് അവന്റെ അമ്മയെ കേൾപ്പിച്ചുകൊണ്ട് ഉറക്കെ പറഞ്ഞു: "സാരമില്ല. രൂപ അവിടെ ഇരിക്കട്ടെ. ഞാൻ ഇനിയും ഇതുവഴി വരും."

ശിരോവസ്ത്രം ഒന്നുകൂടി ശിരയാക്കിയിട്ട് സ്ത്രീ പറഞ്ഞു: "വേണ്ട ബാബുജി; രൂപ കൊണ്ടുപൊയ്ക്കൊള്ളൂ. നാളെ മോൻ അവിടെ വന്ന് പൈസ വാങ്ങിക്കൊള്ളും."

"അത് വേണ്ട. ഈ പൈസ എന്റെ വകയായി കുട്ടിക്ക് മിഠായി വാങ്ങാനായി അവിടെ വച്ചുകൊള്ളു." ദിലീപ് തെല്ല് സങ്കോചത്തോടു കൂടിയാണത് പറഞ്ഞത്.

"വേണ്ട..... അത് വേണ്ട......." എന്ന് സ്ത്രീ പറഞ്ഞുക്കൊണ്ടിരിക്കുന്നതിനിടയിൽ ദിലീപ് സൈക്കിളുമായി നടന്നകന്നു കഴിഞ്ഞു.

സ്ത്രീയുടെ വാടിത്തളർന്ന മുഖത്ത് നന്ദിയുടെയും സന്തോഷത്തിന്റെയും തിളക്കം. ഒരു രൂപ പുതപ്പിന്റെ ഒരറ്റത്ത് കെട്ടിവച്ചിട്ട് ഒരു ഇഷ്ടികയുടെ മേൽ വച്ചിട്ടുള്ള ലോട്ടയിൽ നിന്ന് വെള്ളമെടുത്ത് കൈ കഴുകി കുട്ടിയുടെ കൈകളും കഴുകിച്ചു. ഒരു പാത്രത്തിന്റെ അടിയിൽ നിന്ന് തുണിയിൽ പൊതിഞ്ഞു വച്ചിരുന്ന ചപ്പാത്തി എടുത്ത് മകന് തിന്നാൻ കൊടുത്തു.

അവിചാരിതമായി ഒരു രൂപയുടെ സമ്പാദ്യം ഉണ്ടായപ്പോൾ കുട്ടിക്ക് ചെറിയൊരു നിഗളിപ്പ്.

"എനിക്ക് വേണ്ട ഈ ഉണക്ക ചപ്പാത്തി." അവൻ പറഞ്ഞു.

"ഉപ്പ് ചേർത്തിട്ടുണ്ട് മോനേ...." അമ്മ പറഞ്ഞു.

"രാവിലെയും ചപ്പാത്തി. എന്നും ഈ ഉണക്ക ചപ്പാത്തിതന്നെ." അവൻ ചപ്പാത്തി നിലത്ത് കളഞ്ഞിട്ട് മുഖം ചുളിച്ച് കരയാൻ തുടങ്ങി. അമ്മ അവനെ പിടിച്ച് മടിയിലിരുത്തിക്കൊണ്ട് പറഞ്ഞു:

"അമ്മയുടെ പൊന്നല്ലേ. നാളെ ഞാൻ പരിപ്പുകറിയും കൂട്ടി ചപ്പാത്തി ഉണ്ടാക്കിത്തരാം. കണ്ടില്ലേ... ആ ബാബു മോന് തന്നതല്ലേ ഒരു രൂപ. മോൻ ഇനി എന്നും പരിപ്പ് വാങ്ങിക്കൊണ്ടു വരണം."

"അമ്മ കഴിച്ചതാണോ?" തെല്ല് ദേഷ്യത്തോടെ കുട്ടി ചോദിച്ചു.

"അതെ മോനെ. അമ്മയ്ക്ക് വിശക്കുന്നില്ല. മോൻ ഇത് കഴിക്കൂ."

ചപ്പാത്തി പൊതിഞ്ഞു വച്ചിരുന്ന തുണി മടക്കിക്കൊണ്ട് അവർ പറഞ്ഞു.

അമ്മ പറയാതെതന്നെ മകന് വീട്ടിലെ സ്ഥിതി നന്നായി അറിയാം. എന്നാലും കുട്ടികൾക്ക് ഉണ്ടാകാറുള്ള ശാഠ്യം. ഇഷ്ടമില്ലാതെ തന്നെ അവൻ ഒരു ചപ്പാത്തി തിന്നു. ഒരെണ്ണം അമ്മയുടെ നേർക്ക് നീട്ടിയിട്ടു പറഞ്ഞു:

"ഇത് അമ്മയും കഴിക്ക്." അമ്മ വാത്സല്യത്തോടെ പുറം തലോടിക്കൊണ്ടു പറഞ്ഞു:

"അമ്മ രാവിലെ നേരം വൈകിയാണ് ഭക്ഷണം കഴിച്ചത്. ഇപ്പോൾ അമ്മയ്ക്ക് തീരെ വിശക്കുന്നില്ല. മോൻ അതുംകൂടി കഴിക്കൂ."

ദിലീപിന് ഈ കാഴ്ച കണ്ടു നിൽക്കാനുള്ള ശക്തിയുണ്ടായിരുന്നില്ല. പല്ലുകൾകൊണ്ട് ചുണ്ട് അമർത്തി കടിച്ചുകൊണ്ട് അയാൾ സൈക്കിളുമായി നടന്നകന്നു.

വീട്ടിൽ എത്തിയപ്പോൾ വേലക്കാരൻ വന്ന് പറഞ്ഞു: "രണ്ടുപേർ വന്ന് മടങ്ങിപ്പോയി. അവർ ഒന്നും പറഞ്ഞില്ല. ഭക്ഷണം തയ്യാറായിട്ടുണ്ട്. എടുക്കട്ടെ."

"വേണ്ട വിശക്കുന്നില്ല." വേലക്കാരന്റെ മുഖത്ത് നോക്കാതെ ദിലീപ് പറഞ്ഞു. കുറച്ചു മുമ്പേ കണ്ട കുട്ടിയുടെ അമ്മ പറഞ്ഞതും ഓർത്തു: "വിശക്കുന്നില്ല."

'എന്നാൽ കുറച്ച് പാൽ കൊണ്ടു വരട്ടെ?'

"വിശപ്പില്ലെങ്കിൽ പാല് കുടിക്കാൻ പറ്റുമോ? പാല് എന്താ വെറുതേ കിട്ടുന്നതാണോ?" അയാൾ ദേഷ്യത്തോടെ വേലക്കാരനോട് ചോദിച്ചു.

വേലക്കാരൻ ഒന്നും മനസിലാകാതെ പകച്ച് നിന്നു.

"ങ്ഊം.... പൊയ്ക്കൊള്ളു." വേലക്കാരൻ അകത്തേക്ക് പോയി.

മണ്ണെണ്ണ വിളക്കിന്റെ മങ്ങിയ വെളിച്ചത്തിൽ കുറച്ചുമുമ്പേ കണ്ട കാഴ്ച കണ്ണുകളിൽ നിന്ന് മാഞ്ഞുപോകുന്നില്ല.

ടീപ്പോയിയുടെ മേൽ ഒരു കത്ത് കിടക്കുന്നതു കണ്ടു. ദിലീപ് കത്ത് എടുത്ത് തുറന്ന് വായിച്ചു:

"ഞാൻ ജീവിതത്തിൽ ദുഃഖം മാത്രം അനുഭവിക്കാൻ വേണ്ടി ജനിച്ചവളാണ്." ഇതായിരുന്നു ആദ്യവാചകം.

ദിലീപ് നെറ്റിചുളിച്ചു. വായിക്കാതെ തന്നെ കത്ത് കീറിക്കളഞ്ഞു; അയാൾ ആരോടെന്നില്ലാതെ പറഞ്ഞു:

"കഷ്ടം. ദുഃഖം എന്താണെന്ന് നിനക്ക് വല്ലതും അറിയുമോ ഹേമാ? ഇത്തരം രസമുള്ള ദുഃഖം പോലും ഇല്ലാതിരുന്നാൽ നിനക്ക് ജീവിതം തന്നെ അസഹ്യമായിത്തീരും."

സുഭദ്രകുമാരി ചൗഹാൻ

വൈദേശിക ഭരണത്തിനെതിരെ ദേശീയ സ്വാതന്ത്ര്യത്തിനുവേണ്ടി വളരെ ത്യാഗം അനുഷ്ഠിച്ചിട്ടുള്ള എഴുത്തുകാരിൽ ഗണനീയമായ സ്ഥാനമാണ് ശ്രീമതി സുഭദ്രാകുമാരിക്കുള്ളത്.
അനവധി ദേശഭക്തി പ്രചോദനങ്ങളായ കവിതകളും കഥകളും എഴുതിയിട്ടുണ്ട്. കുടുംബജീവിതത്തിലെ സ്നേഹവാത്സല്യങ്ങളും അസന്തുലിതമായ കുടുംബബന്ധങ്ങളും ചിത്രീകരിക്കുന്ന കവിതകളും കഥകളും രചിച്ചിട്ടുണ്ട്.
മൂന്ന് കുട്ടികളും ഭർത്താവുമടങ്ങുന്ന തന്റെ കുടുംബജീവിതത്തിലെ സന്തോഷപൂരിതമായ അവസ്ഥ ഒരു വശത്ത്, മറുവശത്ത് നിസ്സാരകാരണങ്ങളാൽ പൊലീസ് അറസ്റ്റ് ചെയ്തുകൊണ്ടുപോയി ജയിലിൽ പാർപ്പിച്ച ഒരമ്മയുടെയും, അവരുടെ നിരാശ്രയരായി ഭിക്ഷയാചിച്ചു ജീവിക്കാൻ നിർബന്ധിതരായ മൂന്ന് പാവപ്പെട്ട കുട്ടികളുടെയും കഥയാണ് 'തീൻ ബച്ചേ' (മൂന്നു കുട്ടികൾ).
ജയിലിൽ വച്ച് തന്നെ ശുശ്രൂഷിക്കാനായി നിയമിക്കപ്പെട്ട ഒരു തടവുകാരിയുമായുള്ള പരിചയവും തന്റെ വീട്ടിൽ ഭിക്ഷയാചിച്ചുവന്ന മൂന്നു കുട്ടികൾ അവരുടെ മക്കളാണെന്ന് അറിഞ്ഞിട്ടും അത് വെളിപ്പെടുത്താതിരുന്നതും ആ കുട്ടികൾ ജയിലിനടുത്തുള്ള പാലത്തിനടിയിൽ കിടന്നുറങ്ങുമ്പോൾ ഒഴുക്കൽപ്പെട്ട് ഒലിച്ചുപോയതും മറച്ചു വയ്ക്കുമ്പോഴുള്ള മാനസിക സംഘർഷവും വായനക്കാരെ ഇരുത്തിചിന്തിപ്പിക്കുന്നു.

5

സ്വന്തവും അന്യവും

ഇന്ത്യയിൽ റെയിൽ ഗതാഗതം തുടങ്ങിയിരുന്നില്ല. കുതിരയായിരുന്നു വേഗതകൂടിയ വാഹനം. സൈനിക വേഷത്തിൽ ഒരാൾ നിരത്തുവക്കിലുള്ള സത്രത്തിന്റെ മുമ്പിൽ വന്ന് കുതിരപ്പുറത്തുനിന്ന് ഇറങ്ങി. ആഗതൻ കുതിരയുടെ ശരീരമാകെ കൈകൊണ്ട് തടവിയിട്ട് സത്രത്തിനുള്ളിലേക്ക് കയറിപ്പോയി. അയാളെ കണ്ടാൽ വളരെ ദൂരെ നിന്നാണ് വരുന്നതെന്നു തോന്നും. നല്ല യാത്രാക്ഷീണമുണ്ട്. ഒരു ദിവസം ഇവിടെ തങ്ങിയിട്ട് യാത്ര തുടരണം. ഇനിയും എത്രയോ ദൂരം സഞ്ചരിക്കേണ്ടതുണ്ട്.

ആഗതൻ സത്രം സൂക്ഷിപ്പുകാരനെ വിളിച്ച് തന്റെ കുതിരയെ നോക്കാനും അതിന് തീറ്റ കൊടുക്കാനുമുള്ള നിർദേശം കൊടുത്തു. തിനിക്ക് വിശ്രമിക്കാൻ സൗകര്യമുള്ള ഒരു മുറിയും ഒരുക്കിത്തരാൻ ആവശ്യപ്പെട്ടു.

സത്രം സൂക്ഷിപ്പുകാരൻ കുതിരയ്ക്ക് തീറ്റ കൊടുത്തിട്ട് ആഗതന് വിശ്രമിക്കാനുള്ള മുറി സജ്ജമാക്കി കൊടുത്തു. ആഗതൻ വേഗം തന്നെ ഭക്ഷണം കഴിച്ച് കട്ടിലിൽ കയറി കിടന്നു.

ക്ഷീണംകൊണ്ട് വേഗം ഉറങ്ങിപ്പോയി. ഉറക്കത്തിൽ ഭാര്യയെയും മകനെയും സ്വപ്നം കാണാൻ തുടങ്ങി. അഞ്ചുവർഷം മുമ്പ് അവരെ വിട്ടു പോയതാണ്. അഞ്ചുവർഷമായി തന്റെ ഭാര്യ ഒരു വിധവയെപ്പോലെയാണ് കഴിയുന്നത്. ഭർത്താവ് വന്നതുകണ്ട് അവൾ തിരക്കിട്ട് ഓരോരോ ജോലിയിൽ ഏർപ്പെട്ടിരിക്കുകയാണ്. ഭർത്താവിനോട് ഒന്ന് സ്നേഹപൂർവം സംസാരിക്കാൻപോലും അവൾക്ക് നേരം കിട്ടുന്നില്ല. താൻ അവൾക്കുവേണ്ടി രണ്ടായിരം രൂപ തന്റെ അരപ്പട്ടയിൽ സൂക്ഷിച്ചു വച്ചിട്ടുണ്ടെന്നു പറയാൻ പോലും അവസരം കിട്ടുന്നില്ല. താൻ പോയതിനുശേഷം ഇത്രയും കാലം അവൾ എങ്ങനെ കഴിച്ചുകൂട്ടി. എന്ന് അറിയാനുള്ള വ്യഗ്രതയുണ്ട്. കഷ്ടകാലം വരുമ്പോൾ ഭാര്യയെ സഹായിക്കാൻ അവളുടെ കൂടെ ഉണ്ടായിരിക്കേണ്ടതല്ലേ. അതിനു പകരം താൻ എവിടെയൊക്കെയോ അലയുകയായിരുന്നു. പോകുന്ന സമയത്ത് അവളുടെ കൈയിൽ കൊടുത്തിരുന്ന പണംകൊണ്ട് നാലരവർഷം അവൾ എങ്ങനെ കഴിച്ചുകൂട്ടി എന്ന് ചോദിക്കാൻ പോലും കഴിയുന്നില്ല. ആരുടെയും സഹായമില്ലാതെ അവൾ ഇത്രയും കാലം എങ്ങനെ ജീവിച്ചു? ഭാര്യയുടെ ആകൃതിയും ശരീരവടിവുമൊക്കെ വീണ്ടും വീണ്ടും നോക്കിക്കൊണ്ടിരിക്കണമെന്നുണ്ട്. എന്നാൽ അവൾ അതിനൊന്നും അവസരം തരുന്നില്ല.

ഓ!.....ഇവൻ കരൺസിങ് തന്നെയല്ലേ! ഇവനങ്ങ് വലുതായിപ്പോയല്ലോ. ഏയ്!തന്റെ പേര് കരൺസിങ് എന്നു തന്നെയല്ലേ? ഞാൻ ആരാണെന്ന് പറയാമോ? തന്റെ അച്ഛനെ കണ്ടിട്ടുണ്ടോ? അയാൾ അങ്ങ് ദൂരെ എവിടെയോ യുദ്ധം ചെയ്യാൻ പോയിരിക്കുകയാണ്. ഞാനിപ്പോൾ അയാളുടെ അടുത്തുനിന്നാണ് വരുന്നത്. അയാൾക്ക് തന്നെ വലിയ ഇഷ്ടമാണ്.

കരൺസിങ് കുട്ടിയെ എടുക്കാൻ രണ്ടു കൈയും നീട്ടി. പെട്ടെന്ന് ഞെട്ടി ഉണർന്നുപോയി. ചുറ്റും നോക്കി. താൻ സത്രത്തിന്റെ ഒരു മുറിയിൽ കിടക്കുകയാണ്. ഇനിയും എത്രയോ ദൂരം സഞ്ചരിച്ചെങ്കിലേ വീട്ടിൽ എത്തുകയുള്ളൂ.

കരൺസിങ് നെറ്റിയിലെ വിയർപ്പ് തുടച്ചുകളഞ്ഞു. അരയിൽ കെട്ടി വച്ചിരുന്ന പണസഞ്ചി കൈകൊണ്ട് പരിശോധിച്ചു നോക്കി. അത് അവിടെത്തന്നെ ഉണ്ട്.

സമയം തള്ളിനീക്കാൻ കഴിയുന്നില്ല. സത്രം സൂക്ഷിപ്പുകാരനെ വിളിച്ചു. നാട്ടിലേക്ക് ഇവിടെനിന്ന് എത്ര ദൂരമുണ്ടെന്ന് ചോദിച്ചു. രണ്ട് ദിവസത്തെ യാത്രകൂടി വേണ്ടിവരും എന്ന് അയാൾ പറഞ്ഞു. അയാളോട് നാട്ടിലെ വർത്തമാനങ്ങൾ ചോദിച്ചു മനസിലാക്കി. പട്ടാളത്തിലെ കഥകൾ അയാളോടും പറഞ്ഞു. അവിടത്തെ ജീവിതത്തിന്റെ പ്രത്യേകതകൾ വിശദീകരിച്ചു. ഓരോ നിമിഷവും മരണത്തെപ്പറ്റിയുള്ള ആശങ്കയാണ്. കുട്ടികളും കുടുംബവും എത്രയോ അകലത്തിൽ. പെട്ടെന്ന് വീണ്ടും അനന്തമായ ദൂരങ്ങളിലേക്കുള്ള മാറ്റം. കയ്പേറിയ എത്രയോ അനുഭവങ്ങൾ. അവിടെ കൊല്ലുന്നതും മരിക്കുന്നതുമൊക്കെ എങ്ങനെയാണെന്നും

പറഞ്ഞു കേൾപ്പിച്ചു. ഉറ്റവരെക്കുറിച്ച് ഓർക്കാതെ ആർക്കെങ്കിലും മരിക്കാൻ കഴിയുമോ? മരണം ആർക്കും ഒരിക്കലും സന്തോഷം തരുന്ന കാര്യമല്ല – കൊല്ലുന്നവർക്കും അത് സന്തോഷം തരില്ല എന്ന് ആരും ഓർക്കാറില്ല. ഒരുത്തനെ കൊന്നിട്ട് എന്തിന് സന്തോഷിക്കുന്നു? എന്നാൽ സൈന്യത്തിൽ എതിരാളിയെ കൊല്ലുന്നത് ധീരതയാണ്. അവിടെ കൂടുതൽ ആളുകളെ കൊല്ലുന്നവൻ കേമനും യോഗ്യനുമാണ്. ജനങ്ങൾ അയാൾക്ക് ബഹുമതിയും പുരസ്കാരങ്ങളും നൽകി ആദരിക്കും.

എന്നാൽ എനിക്ക് ഇതിലൊന്നും ഒരു സന്തോഷവും തോന്നിയിട്ടില്ല. ജനങ്ങളുടെ പ്രശംസ കേൾക്കുമ്പോൾ ഉണ്ടാകുന്ന ഒരു സന്തോഷം മാത്രം. അവിടെ പരസ്പരം വലിയ മത്സരമാണ് നടക്കുന്നത്. ഏറ്റവും കൂടുതൽ ശത്രുക്കളെ കൊല്ലുമ്പോൾ ഉണ്ടാകുന്ന സന്തോഷമാണ് വാസ്തവത്തിൽ അവിടത്തെ സന്തോഷം. ഒരാളെ കൊല്ലുന്നതിൽ എനിക്ക് ഒരു രസവുമില്ല. പിന്നെ ശത്രുക്കൾ. അവർ എങ്ങനെയാണ് എന്റെ ശത്രുക്കളായത്? എനിക്കറിയില്ല. എന്റെ കൈകൊണ്ട് വധിക്കപ്പെട്ടവർ എനിക്ക് എന്തു ദ്രോഹമാണ് ചെയ്തത്? ശത്രുക്കളാണുപോലും! ഞാനവരെയൊന്നും അറിയുകപോലുമില്ലായിരുന്നു. അവർ എന്തിനാണ് വാളോങ്ങിക്കൊണ്ട് എന്റെ കഴുത്തറുക്കാൻ ഓടിയടുത്തത്? അവരെയാണ് ഞാൻ എന്റെ വാൾകൊണ്ട് അരിഞ്ഞുവീഴ്ത്തിയത്. ഞങ്ങൾ തമ്മിൽ ഒരു വിരോധവും ഉണ്ടായിരുന്നില്ല. ഈ വിഷയത്തിൽ എവിടെയോ ഒരു കറുത്ത പാടുണ്ട്. തീർച്ച.

നോക്കൂ. നമ്മൾ തമ്മിൽ ഇതിനുമുമ്പ് ഒരിടത്തുവച്ചും കണ്ടുമുട്ടിയിട്ടില്ല. എന്നിട്ടും നമ്മൾ ഇപ്പോൾ ഇവിടെയിരുന്ന് സംസാരിക്കുന്നു. നമ്മൾ പരസ്പരം കൊല്ലാൻ പുറപ്പെടുന്നില്ല. പരസ്പരം എന്തെങ്കിലും ഉപകാരം ചെയ്യാൻ മാത്രമേ നമുക്ക് തോന്നുന്നുള്ളു. നിങ്ങൾ ചോദിക്കുമായിരിക്കും, കൊല്ലുന്നതിനും ശമ്പളം കിട്ടുന്നില്ലേ എന്ന്. ശമ്പളം വാങ്ങുന്നതുകൊണ്ട് മറ്റൊരാളെ കൊല്ലണമെന്നുണ്ടോ? അങ്ങനെ ചെയ്യുന്നതിൽ സന്തോഷമെവിടെ? സ്വന്തം കടമകൾ നിർവഹിക്കാനുള്ള ബോധം എവിടെനിന്ന് ഉണ്ടാകുന്നു? തീർച്ചയായും ഇതിൽ എവിടെയോ ഏതോ രഹസ്യം ഒളിച്ചിരിപ്പുണ്ട്. എവിടെയോ ഒരു വഞ്ചന –ചതി–ഒളിഞ്ഞിരിപ്പുണ്ട്.

മൂന്നു നാലു വർഷം സൈന്യത്തിലായിരുന്നതുകൊണ്ട് എന്റെ മനസ്സ് എന്തിനും പാകപ്പെട്ടുകഴിഞ്ഞിരിക്കുന്നു. ഇവിടെ ഭാര്യയും കുട്ടികളുമൊത്ത് കഴിഞ്ഞുകൂടി മണ്ണിൽ എന്തെങ്കിലും ഉൽപ്പാദിപ്പിച്ച് ജീവിക്കുന്നതിൽ എന്തായിരുന്നു ദോഷം? കൈകൾക്ക് എന്തും ചെയ്യാനുള്ള കരുത്തില്ലേ. ഞാൻ വളരെ കാലമായി അവിടെനിന്ന് പോരാൻ ആലോചിച്ചുകൊണ്ടിരുന്നതാണ്. ഇപ്പോഴാണ് അത് സാധിച്ചത്.

സത്രം സൂക്ഷിപ്പുകാരൻ എല്ലാം കേട്ട് ങ്ഊം....ങ്ആ.... എന്നൊക്കെ മൂളിക്കൊടുത്തുകൊണ്ടിരുന്നു. ഇടയ്ക്കിടയ്ക്ക് ചിലപ്പോൾ അയാൾ മിണ്ടാതിരിക്കും. മടുപ്പ് തോന്നുമ്പോൾ വെറുതെ മൂളിക്കൊണ്ടിരുന്നാൽ എന്തെങ്കിലും കിട്ടുമെന്ന് അയാൾക്കറിയാം. അയാൾ 'അതെ സർ, ശരിയാണ് സർ' എന്നൊക്കെ പറഞ്ഞ് സൈനികനെ പ്രോത്സാഹിപ്പിക്കുകയും

ചെയ്തുകൊണ്ടിരുന്നു.

സൈനികൻ സംസാരിച്ചുകൊണ്ടേയിരുന്നു. "ഞാൻ എന്റെ കുട്ടിയെ ഒരിക്കൽ പോലും കണ്ടിട്ടില്ല. ഞാൻ വീട്ടിൽനിന്ന് പോന്നതിനു ശേഷം എന്തൊക്കെയുണ്ടായി എന്ന് ആർക്കറിയാം? എന്റെ ഭാര്യ ഒറ്റയ്ക്ക് എല്ലാ ബുദ്ധിമുട്ടുകളും സഹിക്കുകയല്ലേ. ഞാൻ മടങ്ങിവരുമെന്ന് അവൾക്ക് വിശ്വാസമുണ്ടായിരുന്നിരിക്കുമോ എന്തോ! ഒരു നിമിഷം പോരേ മനുഷ്യന് മരിക്കാൻ! നിങ്ങൾക്ക് എന്തു തോന്നുന്നു? എന്തു പറയുന്നു?"

"അതെ സർ, ശരിയാണ് സർ"

"നോക്കൂ. നിങ്ങൾ ഇപ്പോൾ ഇവിടെയില്ലേ. നിങ്ങൾ ഇവിടെ എന്തിനെ ഭയപ്പെടണം? എന്തു കുഴപ്പമാണിവിടെയുള്ളത്. ഒന്നുമില്ല. സ്വന്തം ഡ്യൂട്ടി ചെയ്യണം. സ്വന്തം കുടുംബത്തെ നോക്കണം, വീടുവിട്ട് ദൂരെ എവിടെയെങ്കിലും പോകണോ? മറ്റൊരാൾക്കുവേണ്ടി ദാസ്യവൃത്തി ചെയ്യണോ? വേണ്ട. വീടുവിട്ട് ദൂരെയെവിടെയെങ്കിലും പോയി ജോലി ചെയ്തു പണം സമ്പാദിച്ച് മടങ്ങി വന്നാൽ ഒരു നവാബിനെപ്പോലെ അങ്ങനെയങ്ങു കഴിയാം. അല്ലേ. അതല്ലേ ശരി? നിങ്ങൾക്ക് എന്തു തോന്നുന്നു?"

സൈനികന് തന്റെ കൈയ്യിലുള്ള പണം ചിലവു ചെയ്യാൻ ഒരു മടിയുമില്ല. തന്നെക്കാൾ താഴ്ന്ന നിലയിലുള്ള ജോലി ചെയ്യുന്ന സത്രം സൂക്ഷിപ്പുകാരന്റെ മുമ്പിൽ താൻ വലിയവനാണെന്ന് കാണിക്കാനുള്ള വ്യഗ്രതയുമുണ്ട്. താൻ അയാളോട് സൗഹൃദം പ്രകടിപ്പിക്കാൻ താത്പര്യം കാണിക്കുന്നു. കീശയിൽ നിന്ന് കുറെ ചില്ലറ നാണയങ്ങളെടുത്ത് അയാൾക്ക് കൊടുത്തിട്ടു പറഞ്ഞു: "ഇതുകൊണ്ട് കുട്ടികൾക്ക് ജിലേബി വാങ്ങി കൊടുക്കൂ. ങ്അ... പിന്നെ നോക്കൂ. രാവിലെ തന്നെ എന്റെ കുതിരയെ ഒരുക്കി നിർത്തണം കേട്ടോ."

"ശരി സർ." സത്രം സൂക്ഷിപ്പുകാരൻ വിനയപൂർവം പറഞ്ഞു.

സർദാർ കരൺസിങ് വൈകുന്നേരം പുറത്തിറങ്ങി കുറച്ചുദൂരം നടന്നു. സന്ധ്യകഴിഞ്ഞ് മടങ്ങിവന്ന് ഭക്ഷണം കഴിച്ച് വീണ്ടും ഉറങ്ങാൻ കിടന്നു. "രാവിലെ നേരത്തെ എഴുന്നേറ്റ് പുറപ്പെടണം" അദ്ദേഹം മനസ്സിൽ പറഞ്ഞു.

രാത്രിയുടെ നിശ്ശബ്ദതയിൽ കരൺസിങ് ഗാഢനിദ്രയിൽ മുഴുകിയതാണ്. എന്നാൽ അടുത്ത മുറിയിൽ നിന്ന് ഒരു കുട്ടി ഉറക്കെ കരയുന്ന ശബ്ദം അയാളുടെ ഉറക്കം കെടുത്തിക്കളഞ്ഞു. കുട്ടിയുടെ അമ്മ അതിനെ സാന്ത്വനിപ്പിക്കാൻ ശ്രമിക്കുന്നുണ്ട്. എന്നാൽ കുട്ടി അതൊന്നും കൂട്ടാക്കുന്നില്ല. ശാഠ്യം കൊണ്ടാണോ അതോ വിശപ്പുകൊണ്ടാണോ എന്നറിയില്ല. കുട്ടിയുടെ അമ്മ ഇടയ്ക്കിടെ ദേഷ്യപ്പെടുകയും പിന്നെ ഓമനിക്കുകയും ചെയ്തുകൊണ്ടിരുന്നു. എന്നാൽ കുട്ടി അതൊന്നും വകവയ്ക്കാതെ ഉറക്കെ കരഞ്ഞുകൊണ്ടേയിരുന്നു.

കുട്ടിയുടെ കരച്ചിൽ കരൺസിങ്ങിനെ വല്ലാതെ അലട്ടുന്നുണ്ടായിരുന്നു. കാര്യമൊന്നുമില്ലാതെയുള്ള കരച്ചിൽ രാത്രിയുടെ നിശ്ശബ്ദതയെ ഭഞ്ജിച്ചുകൊണ്ട് അദ്ദേഹത്തിന്റെ കാതുകളിൽ വന്നലയ്ക്കുന്നുണ്ട്. ഒന്നു സുഖമായി കിടന്നുറങ്ങാമെന്നു കരുതിയതാണ്. എന്നാൽ ഇപ്പോൾ ഉറങ്ങാനേ കഴിയുന്നില്ല. ഭാര്യയുമായി കണ്ടുമുട്ടുന്ന സുഖസ്വപ്നത്തിനാണ്

തടസ്സം നേരിട്ടിരിക്കുന്നത്. കഷ്ടം തന്നെ.

കുട്ടിയുടെ രാഗാലാപനം നിൽക്കുന്ന മട്ടില്ല. ദേഷ്യപ്പെട്ട് സത്രം സൂക്ഷിപ്പുകാരനെ വിളിച്ചു.

“ഇതെന്തൊരു ശല്യമാണ്?”

ഒരു കൊച്ചുകുട്ടിയാണ് സർ.

“സുഖമില്ലാഞ്ഞിട്ടാണെങ്കിൽ അതിന് ഇവിടെയാണോ സ്ഥലം? നിങ്ങൾ പോയി ആ കുട്ടിയുടെ അമ്മയോട് അതിനെ സമാധാനിപ്പിക്കാൻ പറയൂ. എനിക്ക് ഉറങ്ങാൻ കഴിയുന്നില്ല.”

സത്രം സൂക്ഷിപ്പുകാരൻ പോയിട്ട് വേഗംതന്നെ മടങ്ങിവന്നു. “ആ കുട്ടിക്ക് സുഖമില്ല സർ. കലശലായ വിശപ്പുമുണ്ട്. അതിനെ സമാധാനിപ്പിക്കാൻ ഞാൻ പറഞ്ഞിട്ടുണ്ട്.”

കുട്ടിയുടെ കരച്ചിൽ തുടർന്നുകൊണ്ടേയിരുന്നു. അടുത്ത മുറിയിൽത്തന്നെയാണ്. കരച്ചിൽ നിർത്താതെ തുടർന്നപ്പോൾ കുട്ടിയുടെ അമ്മ ദേഷ്യം കൊണ്ട് അതിന് രണ്ടു മൂന്ന് അടി കൂടി കൊടുത്തു. അതോടെ കരച്ചിൽ ഉച്ചസ്ഥായിയിലായി.

“നാശം. നീ ഇനി എന്നെ എങ്ങനെയെല്ലാം കഷ്ടപ്പെടുത്തും?” സ്ത്രീ വിങ്ങി വിങ്ങി കരയാൻ തുടങ്ങി.

കരൺസിങ്ങിന്റെ ഉറങ്ങാനുള്ള ശ്രമം വിഫലമായി. കുട്ടിയുടെ കരച്ചിലും അതിന്റെ അമ്മയുടെ തേങ്ങലും കൂടി തലയിലേക്ക് കയറിയാൽ ആർക്കാണ് ഉറങ്ങാൻ കഴിയുക! എത്രനേരമാ സഹിക്കുക? അയാളുടെ ക്ഷമ നശിച്ചു.

വീണ്ടും സത്രം സൂക്ഷിപ്പുകാരനെ വിളിച്ചു. “കേട്ടില്ലേ! ആ നശിച്ച കുട്ടി കരച്ചിൽ നിർത്തുന്നതേയില്ല. നിങ്ങൾ വേഗം ചെന്ന് അവരെ ഇവിടെ നിന്ന് പറഞ്ഞയയ്ക്കണം.”

“പാവമാണ് സർ. കുറച്ചു മണിക്കൂറുകൾ കൂടിയല്ലേയുള്ളു. നേരം പുലർന്നാൽ അവർ കുട്ടിയെയും കൊണ്ട് എവിടെയെങ്കിലും പൊയ്ക്കൊള്ളും. സാഹബിനും രാവിലെ പോകേണ്ടതല്ലേ.”

“വേണ്ട വേണ്ട, രോഗികൾക്കുള്ള സ്ഥലം ഇതല്ല. ഇപ്പോൾത്തന്നെ അവരോട് ഇറങ്ങിപ്പോകാൻ പറയണം.”

“ഈ രാത്രിയിൽ അവർ എവിടെ പോകും സർ.”

“എവിടെ പോകുമെന്നോ? എന്താ, ലോകം മുഴുവൻ തന്റെ തലയിലാണോ? കുതിരലായത്തിലെങ്ങാനും കൊണ്ടുപോയി വിടു. അല്ലെങ്കിൽ എവിടെയെങ്കിലും കൊണ്ടുപോകാൻ പറയൂ. ഇനി ആ കുട്ടിയുടെ കരച്ചിൽ ഇവിടെ കേൾക്കരുത്. മനസിലായോ?”

ഇനിയും എന്തെങ്കിലും കിട്ടുമെന്ന പ്രതീക്ഷയുള്ളതുകൊണ്ട് സർദാറിനെ പിണക്കാനും പറ്റുകയില്ല. അയാൾ സ്ത്രീയുടെ അടുത്തു ചെന്ന് പറഞ്ഞു: “നോക്കൂ, അടുത്ത മുറിയിൽ പട്ടാളത്തിലുള്ള ഒരു സർദാർജിയാണ് താമസിക്കുന്നത്. കുട്ടിയുടെ കരച്ചിൽ കൊണ്ട് അദ്ദേഹത്തിന് ഉറങ്ങാൻ കഴിയുന്നില്ല. കുട്ടിയെ സമാധാനിപ്പിക്കാൻ കഴിയുന്നില്ലെങ്കിൽ

എടുത്തുകൊണ്ട് വേറെ എവിടേക്കെങ്കിലും പൊയ്ക്കൊള്ളണം."

"ഈ അവസ്ഥയിൽ ഞാൻ ഈ കുട്ടിയെകൊണ്ട് എവിടെ പോകും?" സ്ത്രീയുടെ തൊണ്ട ഇടറി. "ഭയങ്കരമായ തണുപ്പല്ലേ. സമയമാണെങ്കിൽ പാതിരാത്രി കഴിഞ്ഞു. കുറച്ചുനേരംകൂടി ഒന്നു ക്ഷമിച്ചുകൂടേ? രാവിലെ ഞാൻ കുട്ടിയേയും കൊണ്ട് എവിടേയ്ക്കെങ്കിലും പൊയ്ക്കൊള്ളാം."

"അതു പറ്റുകയില്ല. നീ ഇപ്പോൾത്തന്നെ ഇവിടെ നിന്ന് ഇറങ്ങണം. അല്ലെങ്കിൽ അദ്ദേഹം എന്നോട് ദേഷ്യപ്പെടും."

"ആ സർദാർജിയോട് കുറച്ചുകൂടി ഒന്നു ക്ഷമിക്കാൻ പറയൂ. ഞാൻ ഒരു നിവൃത്തിയും ഇല്ലാത്തവളാണ്. ഈ കുട്ടിയുടെ അച്ഛൻ എവിടെയാണെന്നുപോലും അറിയില്ല. ഇതിനെ ഞാൻ എവിടെ കൊണ്ടുപോയി തള്ളിക്കളയും: നേരം പുലരും മുമ്പേ ഞാൻ ഇവിടെ നിന്ന് പൊയ്ക്കൊള്ളാം."

സത്രം സൂക്ഷിപ്പുകാരന് വാസ്തവത്തിൽ ഈ സമയത്ത് അവരെ ഇറക്കിവിടുന്നതിൽ വിഷമമുണ്ട്. എന്നാൽ സർദാർജിയുടെ കോപത്തെപ്പറ്റിയുള്ള ഭയവുമുണ്ട്. അയാൾ സ്ത്രീയോടു പറഞ്ഞു. "അതാ.... അപ്പുറത്ത് കുതിരാലയമുണ്ട്. അവിടെ പോയി കിടന്നുകൊള്ളൂ. നിങ്ങൾ എന്റെ നിത്യവൃത്തി മുട്ടിക്കരുത്."

സ്ത്രീ കുട്ടിയെ മടിയിൽനിന്ന് നിലത്തിറക്കി നിർത്തി – ദൂരേക്ക് തള്ളിവീഴ്ത്തി. "ഈ..... ഇതിനെ എടുത്ത് സർദാർജിയുടെ കാൽച്ചുവട്ടിലേക്ക് ഇട്ടുകൊടുത്തിട്ട് അദ്ദേഹത്തിന്റെ ഷൂസ് കൊണ്ട് ചവുട്ടി കൊന്നുകളയാൻ പറയൂ– എന്നിട്ട് ഞാൻ ഇവിടെ നിന്ന് ഇറങ്ങി പോയ്ക്കൊള്ളാം."

സ്ത്രീ രണ്ടു കൈയും കൊണ്ട് തന്റെ തല താങ്ങിപ്പിടിച്ചുകൊണ്ട് കരയാൻ തുടങ്ങി. നിലത്ത് വീണുകിടക്കുന്ന കുട്ടി അലറിക്കരയുന്നത് കണ്ട്. സത്രം സൂക്ഷിപ്പുകാരന് വലിയ ദുഃഖവും സഹതാപവും തോന്നി. അയാൾ മടങ്ങിവന്ന് സർദാർജിയോട് പറഞ്ഞു: "കുറച്ചു സമയം കൂടിയല്ലേ വേണ്ടൂ സർ. അവൾക്ക് മാപ്പു കൊടുത്തുകൂടേ?" അവൾ ഏറെ ദുഃഖിതയാണ് സർ."

അയാൾ തന്റെ ആജ്ഞ അവഗണിക്കുകയാണെന്ന് സർദാർജിക്ക് തോന്നി. കോപം സഹിക്കാതെ എഴുന്നേറ്റ് മുറിക്കുള്ളിൽത്തന്നെ അങ്ങോട്ടുമിങ്ങോട്ടും നടന്നു. സ്ത്രീയും സത്രം സൂക്ഷിപ്പുകാരനും തമ്മിലുള്ള സംസാരം അദ്ദേഹം കേൾക്കുന്നുണ്ടായിരുന്നു. ഞാൻ ഇങ്ങനെ സ്വൈരം കെടുത്തുന്ന ഒരു സ്ഥലത്ത് വന്ന് താമസിച്ചത് എന്തിനായിരുന്നു എന്ന് അദ്ദേഹം ആലോചിക്കുകയായിരുന്നു. ആ സ്ത്രീയോടേ വേഗം ഈ സത്രം വിട്ട് എവിടേക്കെങ്കിലും പൊയ്ക്കൊള്ളാൻ സത്രം സൂക്ഷിപ്പുകാരന് പറഞ്ഞുകൂടേ! എന്നിട്ട് അവളോട് ദയവുണ്ടാകണമെന്ന് അപേക്ഷിക്കാൻ എന്റെ അടുത്ത് വന്നിരിക്കുന്നു. ഇത് എന്നെ ആക്ഷേപിക്കലല്ലേ? ദേഷ്യം സഹിക്കാതെ സർദാർജി സത്രം സൂക്ഷിപ്പുകാരനോടു പറഞ്ഞു: "ഇതുപോലും ചെയ്യാൻ ധൈര്യമില്ലാത്ത താൻ ഒരു പുരുഷനാണോ? പോകൂ എന്റെ മുമ്പിൽ നിന്ന്."

സർദാർജി ഷൂസിട്ട കാലുകൾ ശക്തിയായി നിലത്ത് ചവുട്ടിക്കൊണ്ട് കുട്ടിയുടെ കരച്ചിൽ കേട്ട ഭാഗത്തേക്ക് നടന്നു.

മുറിക്കകത്ത് അരണ്ട വെളിച്ചമേയുള്ളൂ. ഒരു സ്ത്രീ രണ്ടും കൈയും തലയിൽ വച്ചുകൊണ്ട് ഇരിക്കുന്നു. കുട്ടി വെറും നിലത്തുകിടന്ന് അലറി കരയുന്നു.

"ആരാണ് മുറിക്കുള്ളിൽ?" സർദാർജി ചോദിച്ചു. ഒരു മറുപടിയും ഉണ്ടായില്ല.

സർദാർജി ശബ്ദമുയർത്തി വീണ്ടും ചോദിച്ചു: "ആരാണ് മുറിക്കു ള്ളിൽ?" ചെവി കേൾക്കുകയില്ലേ?

സ്ത്രീ അപ്പോഴും ഏങ്ങലടിച്ചു കരഞ്ഞുകൊണ്ടിരിക്കുകയാണ്. അവർ ഒന്നും മിണ്ടിയില്ല.

"നോക്കൂ. നിങ്ങൾ ഈ നിമിഷം കുട്ടിയെ എടുത്തുകൊണ്ട് ഇവിടം വിട്ടു പൊയ്ക്കൊള്ളണം. കുട്ടി കരഞ്ഞാൽ അതിനെ സമാധാനിപ്പിക്കാൻ നോക്കണ്ടേ. ചോദിച്ചാൽ ഒരക്ഷരം മിണ്ടുകയുമില്ല. ങ്ഹേ!....."

സ്ത്രീ നിശ്ശബ്ദതപാലിച്ചുകൊണ്ടുതന്നെ ഇരുന്നു. മെല്ലെ എഴുന്നേറ്റ് കുട്ടിയെ എടുത്തുക്കൊണ്ട് അവൾ സർദാർജിയുടെ കാൽക്കൽ കിടത്തി യിട്ടു പറഞ്ഞു: "ഇതിനെ നിങ്ങൾ കാലുകൊണ്ട് ചവിട്ടി എവിടേക്കെ ങ്കിലും തട്ടിക്കളയൂ." ഇതു പറഞ്ഞിട്ട് അവർ പുറത്തേക്ക് നടക്കാൻ ഭാവിച്ചു.

സർദാർജി എന്തു പറയണമെന്ന് അറിയാതെ സ്തബ്ധനായി നിന്നു പോയി. "നിൽക്കൂ നിൽക്കൂ. നിങ്ങൾ എവിടേക്ക് പോകുന്നു?" അദ്ദേഹം സ്ത്രീയോട് ചോദിച്ചു.

"മരണവുമായി കണ്ടുമുട്ടുന്നിടംവരെ." അവൾ പറഞ്ഞു.

"എന്നാലും... നിങ്ങൾ എവിടെനിന്ന് വരുന്നു? എവിടേക്കാണ് പോകു ന്നത്?' അദ്ദേഹം ശാന്തനായി ചോദിച്ചു.

"അഞ്ചുവർഷമായി. ഈ കുട്ടിയുടെ അച്ഛൻ ഇനിയും മടങ്ങിവന്നി ട്ടില്ല. അദ്ദേഹം നാടിനുവേണ്ടി യുദ്ധം ചെയ്യാൻ പോയതാണ്. മരിച്ചു പോയോ എന്നുപോലും അറിയില്ല. ഒരുപക്ഷെ മടങ്ങി വരുന്നവഴി എവി ടെവച്ചെങ്കിലും കണ്ടുമുട്ടിയേക്കാം. അദ്ദേഹത്തിന്റെ അടുത്തേക്ക് ഞാൻ എന്റെ കുട്ടിയെയും കൊണ്ട് പോവുകയാണ്."

പെട്ടെന്ന് സർദാർജിയുടെ ഭാവം മാറി. അദ്ദേഹത്തിന്റെ കണ്ണുകൾ നിറഞ്ഞു. അദ്ദേഹം തന്റെ കാൽച്ചുവട്ടിൽ കിടക്കുന്ന കുട്ടിയെ രണ്ടു കൈകളും കൊണ്ട് വാരിയെടുത്ത് വീണ്ടും വീണ്ടും ചുംബിച്ചു. കൈക ളിലെടുത്ത് താരാട്ടി അതിനെ സമാധാനിപ്പിക്കാൻ നോക്കി. കുറ്റബോ ധംകൊണ്ട് കുട്ടിയുടെ അമ്മയോട് "നിനക്ക് എന്നെ മനസിലായില്ലേ" എന്ന് ചോദിക്കാൻപോലും അദ്ദേഹത്തിന് കഴിയുമായിരുന്നില്ല.

6

മൂന്ന് കുട്ടികൾ

(സുഭദ്രാകുമാരി ചൗഹാൻ)

എന്റെ കുട്ടികൾ മൂന്നുപേരും അവരവരുടേതായി ഓരോ പൂന്തോട്ടം ഉണ്ടാക്കി. പൂന്തോട്ടം എന്നു പറഞ്ഞാൽ ചെറിയ ഓരോ തടം തീർത്ത് ഓരോന്നിലും കുറെ പൂച്ചെടികൾ നട്ടുവളർത്തിയിരിക്കുന്നു. ദിവസങ്ങൾ കഴിഞ്ഞു. ഒരുദിവസം രാവിലെ ചെന്നു നോക്കിയപ്പോൾ എല്ലാവരുടെയും പൂന്തോട്ടങ്ങളിലെ ചെടികൾ പൂവിട്ടു നിൽക്കുന്ന കാഴ്ചയാണ് കണ്ടത്.

കുട്ടികളല്ലേ. ഓരോരുത്തരും തങ്ങളുടെ തോട്ടത്തിലെ പൂക്കളാണ് കൂടുതൽ ഭംഗിയുള്ളവയെന്ന് അവകാശപ്പെട്ടു. ഇതിന്റെ പേരിൽ മൂന്നു പേരും തമ്മിൽ കലഹം തുടങ്ങി. കലഹം മൂത്ത് യുദ്ധത്തിന്റെ വക്കിൽ വരെ എത്തി. ഒരാൾ ഹിറ്റ്ലറായി. മറ്റൊരാൾ മുസോളിനി. മൂന്നാമൻ സ്റ്റാലിനുമായി. അങ്ങനെ എനിക്ക് ഈ മൂന്നു മഹാന്മാരുടെയും അമ്മ യാകാനുള്ള ഭാഗ്യം സിദ്ധിച്ചു.

ലഹള മൂത്ത് വിഷം പുരട്ടിയ ചില വാക്കുകളും വാചകങ്ങളും അങ്ങോട്ടുമിങ്ങോട്ടും പ്രയോഗിക്കുന്നതു കേട്ട് ഞാൻ അടുക്കളയിലെ ജോലി നിർത്തിവച്ച് മുറ്റത്തേക്ക് ഇറങ്ങിച്ചെന്നു. എന്നെ കണ്ടതോടെ മൂന്നുപേരും അവരവരുടെ പക്ഷം സമർഥിച്ചുകൊണ്ടുള്ള ന്യായങ്ങൾ നിരത്താൻ തുടങ്ങി. ഇവിടെ നീതിയും ന്യായവും നടത്തുന്നത് ഒരു ജഡ്ജിക്ക് ചെയ്യാൻ കഴിയുന്നതുപോലെ അത്ര എളുപ്പമുള്ള കാര്യമാ യിരുന്നില്ല. ജഡ്ജിക്ക് മാർഗദർശനത്തിനായി നിയമങ്ങളും ഉദാഹരണ ങ്ങളും ഉണ്ടാകും. പഴയ മാമൂലുകളെ പിൻതുടർന്ന് അന്യായമായ തീരു മാനമാണെങ്കിലും ജഡ്ജിമാരുടെ മാർഗം സുഗമമാണ്. എന്റെ പക്കൽ നിയമമോ ഉദാഹരണങ്ങളോ ഒന്നുമില്ല. എന്നാലും ലഹള ന്യായപൂർവം അവസാനിപ്പിച്ചേ തീരൂ.

ഒരു ജൂറിയെ നിയമിക്കുന്നതിനെപ്പറ്റി ഞാൻ ആലോചിച്ചുകൊണ്ടു

നിൽക്കുമ്പോഴാണ് കുട്ടികളുടെ അച്ഛൻ അങ്ങോട്ടുവരുന്നതു കണ്ടത്. ചീറ്റലും കരച്ചിലും പോയിട്ട് ആരെങ്കിലും പഞ്ചമ സ്വരത്തിനു മേലെ ശബ്ദിക്കുന്നതുപോലും അദ്ദേത്തിന് ഇഷ്ടമല്ല.

കുട്ടികൾ കലഹിക്കുന്നതു കണ്ട് അദ്ദേഹം ചോദിച്ചു: "എന്താ ഇവിടെ ഒരു ലഹള? നോക്കൂ നിങ്ങൾ ഇങ്ങനെ കലഹിക്കുകയാണെങ്കിൽ ഞാൻ നിങ്ങളുടെ അമ്മയെ സത്യാഗ്രഹത്തിനു പോകാൻ സമ്മതിക്കുകയില്ല."

ഇത് കേട്ടപ്പോൾ ഹിറ്റ്ലറും മുസോളിനിയും ശാന്തരായി. അമ്മയെ കൂടാതെ സ്കൂളിലേക്കു പോകുന്നതുപോലും അവർക്ക് പ്രയാസമാണ്. അമ്മയില്ലാതെ അവരുടെ ഒരു കാര്യവും നടക്കുകയില്ല. എന്നാൽ അവർ ആഗ്രഹിക്കുന്നത് ഞാൻ സത്യാഗ്രഹം നടത്തി ജയിലിൽ പോകണമെന്നുതന്നെയാണ്.

"എന്താ കേട്ടില്ലേ? ആർക്കെങ്കിലും വല്ല പരാതിയുമുണ്ടോ? ഞാൻ മക്കളോട് ചോദിച്ചു."

"ഇല്ല. ഞങ്ങൾക്ക് പരാതിയൊന്നുമില്ല." മൂന്നുപേരും ഒരേസ്വരത്തിൽ പറഞ്ഞു. ഞങ്ങളുടെ മൂന്നുപേരുടെയും തോട്ടത്തിലെ പൂക്കളെല്ലാം ഭംഗിയുള്ളവയാണ്. അമ്മ സത്യാഗ്രഹം നടത്തി ജയിലിൽ പോകണം.

അങ്ങനെ കലഹം അവസാനിച്ചു. ഞങ്ങൾ എല്ലാവരും വീടിനുള്ളിലേക്ക് കയറിപ്പോയി. പെട്ടെന്ന് മുറ്റത്തുനിന്ന് ഏതോ കുട്ടികൾ പാട്ട് പാടുന്നതുകേട്ടു.

പാട്ടുകേട്ട് ഞങ്ങൾ വേഗം വാതിൽക്കലേക്ക് വന്നു കുട്ടികൾ പാടുകയാണ്. ഭക്തിയും വേദനയും തുളുമ്പുന്ന പദങ്ങളാണ് അവർ പാടുന്നത്.

പുറത്തേക്ക് ഇറങ്ങിച്ചെന്നു നോക്കി. മൂന്ന് പാവംപിടിച്ച കുട്ടികൾ. രണ്ട് പെൺകുട്ടികളും ഒരു ആൺകുട്ടിയും. മൂത്തകുട്ടിക്ക് കാഴ്ചയിൽ പത്തു വയസ്സ് തോന്നിക്കും. രണ്ടാമത്തവൾക്ക് ഏഴോ എട്ടോ വയസുണ്ടാകും. മൂന്നാമത്തേത് ഒരു ആൺകുട്ടി. അവന് മൂന്നുവയസ്സ് ഉണ്ടായിരിക്കും. അവനെ മൂത്തകുട്ടി എടുത്തിരിക്കുന്നു. ഞങ്ങളെ കണ്ടതോടെ അവർ പാട്ടു നിർത്തി. മൂത്തവൾ ആൺകുട്ടിയെ താഴെനിർത്തിയിട്ട് അവളുടെ ശിരസ്സ് നിലത്തു മുട്ടിച്ച് ഞങ്ങളെ വന്ദിച്ചു. മറ്റേ രണ്ടു കുട്ടികളും അവളെ അനുകരിച്ചു. മൂന്നുപേരും മുഷിഞ്ഞു കീറിയ വസ്ത്രത്തിനുള്ളിൽനിന്ന് വയർ കൈകൊണ്ട് തൊട്ടുകാണിച്ചിട്ട് പറഞ്ഞു:

"ഞങ്ങൾക്ക് വിശക്കുന്നു."

മൂത്തവളുടെ കയ്യിൽ ഒരു സഞ്ചിയും രണ്ടാമത്തവളുടെ കയ്യിൽ ഒരു ടിൻപാത്രവുമുണ്ട്. അവർ സഞ്ചി തുറന്നുകാണിച്ചു. അതിനുള്ളിൽ ഒന്നും ഉണ്ടായിരുന്നില്ല. അവർ യാചനാ ഭാവത്തിൽ ഞങ്ങളുടെ മുഖത്ത് മാറിമാറി നോക്കിനിന്നു.

"നിങ്ങൾ നന്നായി പാടുന്നുണ്ടല്ലോ. വേറെ പാട്ടുകൾ അറിയാമോ?" ഞാൻ ചോദിച്ചു.

ഞങ്ങൾക്ക് ഭജനകീർത്തനങ്ങളും അറിയാം. മൂത്തകുട്ടി മറുപടി പറഞ്ഞു തീരുന്നതിനുമുമ്പേ രണ്ടാമത്തവൾ പെട്ടെന്നു പറഞ്ഞു: ഞങ്ങൾ നിർദേശം കൊടുക്കുന്നതിനു മുമ്പുതന്നെ രണ്ടുപേരും പാടാൻ തുടങ്ങി.

പാട്ടു കേട്ട് ഞങ്ങൾക്ക് ചിരി അടക്കാൻ കഴിഞ്ഞില്ല. പാട്ടിന്റെ ഒരു വരിയിൽ 'അമ്മ വഴക്കുണ്ടാക്കും' എന്ന് പാടിയപ്പോൾ അവർ വിതുമ്പിക്കരയുന്നതു കണ്ടു പിന്നീട് ലജ്ജയോടെ തലയുംതാഴ്ത്തി മിണ്ടാതെ നിന്നു. അവരുടെ പെരുമാറ്റത്തിൽനിന്ന് അവർ ഏതോ അജ്ഞാതമായ കാരണത്താൽ ദുഃഖിതരാണെന്ന് എനിക്ക് തോന്നി.

"നിങ്ങൾ വളരെ നന്നായി പാടിയിരിക്കുന്നു." ഞാൻ ചിരിയടക്കിക്കൊണ്ട് പറഞ്ഞു. അവർ വീണ്ടും തല കുനിച്ച് വണങ്ങി.

'നിങ്ങൾക്ക് എന്തു വേണം?' ഞാൻ ചോദിച്ചു: "കഴിക്കാൻ വല്ലതും വേണോ അതോ ആട്ടയോ മറ്റോ വേണോ?"

"എന്തെങ്കിലും തിന്നാൻ തരണം അപ്പാ. ഇന്നലെ മുതൽ ഞങ്ങൾ ഒന്നും കഴിച്ചിട്ടില്ല" മൂത്തകുട്ടി പറഞ്ഞു.

ഞാൻ എന്റെ കുട്ടികളോട് അവർക്ക് ഈരണ്ട് പൂരി എടുത്തുകൊണ്ടുവന്നു കൊടുക്കാൻ പറഞ്ഞിട്ട് അകത്തേക്ക് കയറിപ്പോയി.

എന്റെ കുട്ടികൾ അവർക്ക് എത്ര പൂരിവീതം കൊടുത്തു എന്നറിയില്ല. ഞാൻ അടുക്കളയിൽ ചെന്ന് നോക്കി. പാത്രത്തിൽ പൂരിയോ കറിയോ ഒന്നും ബാക്കിയുള്ളതായി കണ്ടില്ല.

II

അടുത്ത ദിവസം രാവിലെ ഞങ്ങൾ പ്രഭാതഭക്ഷണം കഴിഞ്ഞ് എഴുന്നേൽക്കാൻ ഭാവിക്കുകയായിരുന്നു. തലേദിവസത്തെ ബാല ഗായകർ മുറ്റത്തുവന്നു നിന്ന് പാടാൻ തുടങ്ങി.

ഞാൻ എന്റെ കുട്ടികളോട് പറഞ്ഞു: "ഇന്നലെ നിങ്ങൾ അവർക്ക് പൂരി തിന്നാൻ കൊടുത്തില്ലേ. ഇന്ന് ഇതാ അവർ വീണ്ടും വന്നിരിക്കുന്നു. അവർക്കു വേണ്ടി എന്നും ഇവിടെ പൂരിയുണ്ടാക്കി വച്ചിരിക്കുകയാണെന്ന് തോന്നുമല്ലോ?"

"ഉണ്ടാക്കി വച്ചിട്ടുണ്ടല്ലോ." മക്കൾ മൂന്നുപേരും ഒരുമിച്ചു പറഞ്ഞു അവർ പൂരി ഇരിക്കുന്ന പാത്രം എടുക്കാൻ ഒരുങ്ങി.

"നിൽക്കൂ, നിൽക്കൂ." ഞാൻ അവരെ തടഞ്ഞുകൊണ്ട് പറഞ്ഞു: "ദിവസേന ഇങ്ങനെ തിന്നാൻ കൊടുത്താൽ അവർ ഒരിക്കലും വാതിൽക്കൽ നിന്ന് മാറുകയില്ല. അവർക്ക് വല്ല അരിയോ ആട്ടയോ മറ്റോ എടുത്തുകൊണ്ടുവന്നു കൊടുത്തിട്ട് പൊയ്ക്കൊള്ളാൻ പറയൂ."

"പാവം കുട്ടികളല്ലേ അമ്മേ. അവരുടെ അമ്മ ഉണ്ടോ എന്ന് ആർക്കറിയാം. അരി കൊടുത്താൽ അവർ അത് എങ്ങനെ പാകം ചെയ്തു കഴിക്കും?" മൂത്ത മകൾ പറഞ്ഞു.

"ഇതിലും നല്ലത് അവർക്ക് ഒന്നും കൊടുക്കാതിരിക്കുന്നതാണ്."

രണ്ടാമത്തവൾ അൽപ്പം പരിഹാസത്തോടെ പറഞ്ഞു.

"ഒരമ്മയായിരുന്നിട്ടും ഞങ്ങളുടെ അമ്മയെന്താ ഇങ്ങനെ പറയുന്നത്?" ഇളയ മകൾ പറഞ്ഞു. "പാവങ്ങളല്ലേ. അവർക്കും വിശപ്പുണ്ടാവുകയില്ലേ അമ്മേ! അമ്മ ഞങ്ങളുടെ പങ്ക് അവർക്ക് കൊടുത്തേക്കൂ."

എന്റെ ഇളയ മകൾക്ക് സാമർഥ്യം കുറച്ച് കൂടുതലാണ്. എന്റെ കയ്യ് ഒന്ന് ഉയർത്തിക്കാണുവാൻ നോക്കിയിരിക്കുകയാണവൾ. പൂരി മുഴുവനായും എടുത്ത് അവർക്ക് കൊണ്ടുപോയി കൊടുക്കാൻ.

"എടുത്തുകൊണ്ടുപോയി കൊടുത്തേക്കൂ. വൈകുന്നേരം നിങ്ങൾക്കുവേണ്ടി വേറെ ഉണ്ടാക്കേണ്ടിവരും."

"ഞങ്ങൾക്ക് വൈകുന്നേരം ഒന്നും വേണ്ട." മക്കൾ മൂന്നുപേരും ഒന്നിച്ചു പറഞ്ഞു. അവർ പൂരി വച്ചിട്ടുള്ള ഡബ്ബ എടുത്തുകൊണ്ട് പുറത്തേക്ക് ഓടി.

ഞാൻ അടുക്കളയിലെ ജോലികൾ കഴിഞ്ഞ് പുറത്തേക്ക് ഇറങ്ങിച്ചെന്നു. മൂന്നു കുട്ടികളും ആർത്തിയോടെ പൂരി തിന്നുകൊണ്ടിരിക്കുന്നു. എന്റെ മക്കൾ അവർക്ക് വിളമ്പികൊടുക്കുന്നു,

കുട്ടികൾ ഭക്ഷണം കഴിച്ചു കഴിഞ്ഞു. ഞാൻ അവരോട് പറഞ്ഞു – "നോക്കൂ. ഭക്ഷണം കഴിച്ചില്ലേ. ഇനി ഒരു പാട്ടു കൂടി പാടി കേൾപ്പിക്കാതെ ഇവിടെ നിന്ന് പോകാൻ പറ്റുകയില്ല."

അവർ നന്ദിപൂർവം ശിരസ്സ് കുനിച്ച് വന്ദിച്ചിട്ട് പാടാൻ തുടങ്ങി. പാട്ട് പാടിക്കഴിഞ്ഞ് ഞങ്ങളെ അനുഗ്രഹിക്കുന്ന മട്ടിൽ വീണ്ടും വന്ദിച്ചു.

ഞാൻ കയ്യുയർത്തി അവരെ തടഞ്ഞു നിർത്തിയിട്ട് ചോദിച്ചു: 'നിങ്ങൾ മൂന്നുപേരും സഹോദരങ്ങളാണോ?"

"അതെ അമ്മാ!" മൂത്തവൾ പറഞ്ഞു.

"നിങ്ങളുടെ പേര് എന്തൊക്കെയാ?" ഞാൻ ചോദിച്ചു.

"എന്റെ പേര് ഈഠി" മൂത്തകുട്ടി പറഞ്ഞു. 'ഇവൾ സീഠി. ഇവന്റെ പേര് പ്രേമ"

"ഈഠി, സീഠി, പ്രേമ" ഞാൻ അവരുടെ പേരുകൾ ആവർത്തിച്ചു പറഞ്ഞു.

"നിങ്ങൾക്ക് അച്ഛനും അമ്മയുമില്ലേ. ഇന്നലെയും നിങ്ങൾ തനിച്ചാണല്ലോ വന്നത്? ഇന്നും.........."

"അമ്മയും അച്ഛനുമുണ്ട്. ഞങ്ങൾക്ക് എല്ലാവരുമുണ്ട്" രണ്ടാമത്തവൾ പറഞ്ഞു.

"എന്നിട്ട് നിങ്ങളെ ഇങ്ങനെ അലഞ്ഞു നടക്കാൻ വിട്ടിരിക്കുകയാണോ. അച്ഛനും അമ്മയും. അവർ എവിടെയാണ്?"

"അച്ഛൻ അമരാവതിയിലാണ്. അമ്മ......?"

"അമരാവതിയിൽ നിങ്ങളുടെ അച്ഛൻ എന്ത് ചെയ്യുന്നു?" എന്റെ രണ്ടാമത്തെ മകൻ ഇടയ്ക്ക് കയറി ചോദിച്ചു.

"അച്ഛൻ ജയിലിലാണ്." മൂത്തവൾ പറഞ്ഞു.

'ങ്ഏ? –ജയിലിലോ? എന്തിനാണ് ജയിലിൽ പോയത്?" ഞാൻ

അലസഭാവത്തിൽ ചോദിച്ചു.

"അച്ഛൻ കുടിക്കുമായിരുന്നു. കുടിച്ചുകഴിഞ്ഞാൽ മിണ്ടാതിരിക്കുകയില്ല. ലഹളയുണ്ടാക്കും. അല്ലെങ്കിൽ അമ്മയെ തല്ലും. ചീത്തപറയും. ഒരുദിവസം പൊലീസുകാർ വന്ന് അച്ഛനെ പിടിച്ചുകൊണ്ടുപോയി. നാട്ടിൽ എല്ലാവരും പറയുന്നത് പൊലീസുകാർ ചെയ്തത് നല്ല കാര്യമാമെന്നാണ്."

"നിങ്ങളുടെ അമ്മ എവിടെയാണ്?"

"അമ്മയും ജയിലിലാണ്. അമ്മയുടെ കൂടെ ഒരു കുട്ടിയുമുണ്ട്. ഇവന്റെ ഇളയതാണ്." ആൺകുട്ടിയുടെമേൽ തൊട്ടുകൊണ്ട് അവൾ പറഞ്ഞു: "അവൻ ഇവനെപ്പോലെ കരയുകയൊന്നുമില്ല. നല്ല കുട്ടിയാണ്."

"ജയിലിൽ പോകാനായി നിങ്ങളുടെ അമ്മ എന്തു കുറ്റമാണ് ചെയ്തത്?"

"അച്ഛനെ പിടിച്ചുകൊണ്ടു പോയ പൊലീസുകാരനെ അമ്മ തല്ലി. അവർ അമ്മയെയും പിടിച്ചുകൊണ്ടുപോയി. അമ്മയില്ലാത്തതുകൊണ്ട് ഞങ്ങൾക്ക് വലിയ വിഷമമാണ്. ഇവനാണെങ്കിൽ രാവും പകലും കരഞ്ഞുകൊണ്ടേയിരിക്കും."

ഞാൻ ആൺകുട്ടിയെ നോക്കി. ഏകദേശം മൂന്നു വയസുണ്ടാകും. മുഷിഞ്ഞതും കീറിപ്പഴകിയതുമായ ഒരു കുപ്പായം ഇട്ടിട്ടുണ്ട്. തലയിൽ മാസങ്ങളായി എണ്ണ തേച്ചിട്ടുള്ളതായോ കുളിച്ചിട്ടുള്ളതായോ തോന്നിയില്ല. ചെമ്പിച്ച മുടി ചിതറിക്കിടക്കുന്നു. അവന്റെ ശരീരം മുഴുവൻ അഴുക്ക് കട്ടപിടിച്ചിരിക്കുന്നു. രണ്ടു കവിളുകളിലും കണ്ണുനീർ ഒഴുകിയതിന്റെ ചാല് കാണാം. ഒഴുകിയ കണ്ണുനീരിൽ ആ ഭാഗത്തുള്ള അഴുക്ക് ഒഴുകിപ്പോയതിന്റെ അടയാളം സ്പഷ്ടമായി കാണാം. എനിക്ക് ആ കുട്ടിയുടെ മേൽ ദയ തോന്നി.

"നിങ്ങൾ ജയിലിൽ പോയി അമ്മയെ കാണാറുണ്ടോ?" ഞാൻ ചോദിച്ചു.

"ഞങ്ങൾ പോകാറുണ്ട്" രണ്ടാമത്തവളാണ് പറഞ്ഞത്: "മൂന്നു മാസം കൂടുമ്പോൾ ഒരിക്കൽ പോയി കാണാം. ഒരു തവണ പോയി കണ്ടു. മൂന്നുമാസം കഴിഞ്ഞ് രണ്ടാം തവണ ചെന്നപ്പോൾ അമ്മയെ ഇവിടെയുള്ള ജയിലിലേയ്ക്ക് അയച്ചിരിക്കുകയാണെന്ന് പറഞ്ഞു. ഞങ്ങൾ കാളിയമ്മയുടെ കൂടെയാണ് ഇവിടെ വന്നത്. കാളിയമ്മ ഭിക്ഷയെടുത്താണ് കഴിയുന്നത്."

"നിങ്ങൾ രാത്രിയിൽ എവിടെയാണ് കിടന്നുറങ്ങുന്നത്? നിങ്ങൾക്ക് പേടിയില്ലേ?"

"ജയിലിനടുത്ത് ഒരു കനാലുണ്ട്. രാത്രി ഞങ്ങൾ അവിടെ പാലത്തിനടിയിൽ അമ്മയെപ്പറ്റി ഓരോന്ന് പറഞ്ഞുകൊണ്ട് കിടന്നുറങ്ങും. ചിലപ്പോൾ കാളിയമ്മയും വരും കിടക്കാൻ. എല്ലാ ദിവസവും കാളിയമ്മ വരാറില്ല." മൂത്തകുട്ടി പറഞ്ഞു.

"നിങ്ങളുടെ അമ്മയുടെ ശിക്ഷ എത്രകാലത്തേയ്ക്കാണ്?"

"രണ്ടുകൊല്ലത്തേക്ക്. ഞങ്ങൾ എല്ലാ ദിവസവും ജയിൽ കാണാൻ പോകും. ഞങ്ങളുടെ അമ്മ അവിടെയാണല്ലോ ഉള്ളത്. ജയിലിൽനിന്നു വിടുമ്പോൾ ഞങ്ങൾ അമ്മയെയും കൂട്ടി നാട്ടിലേക്ക് പോകും."

ഇത് പറയുമ്പോൾ അവർ സന്തോഷംകൊണ്ട് കോരിത്തരിക്കുന്നത് കാണാമായിരുന്നു. അമ്മയെയും കൂട്ടി അവർ സ്വന്തം നാട്ടിലേയ്ക്ക് പോകാൻ ഒരുങ്ങുകയാണ്.

"നിങ്ങൾ എപ്പോഴെങ്കിലും കുളിക്കാറുണ്ടോ?"

എന്റെ ചോദ്യം കേട്ട് മൂത്തകുട്ടി സങ്കോചംകൊണ്ട് മിണ്ടാതെ നിന്നു. അവളുടെ അനുജത്തി പറഞ്ഞു:

"ഞങ്ങൾക്ക് മാറ്റാനായി വേറെ തുണിയൊന്നുമില്ല." ഞാൻ എന്റെ മക്കളുടെ നേരെ നോക്കി. അവർ വേഗം അകത്ത് പോയി അവരുടെ കുറെ പഴയ കുപ്പായങ്ങൾ എടുത്തുകൊണ്ടുവന്ന് ആ കുട്ടികൾക്ക് കൊടുത്തു.

ആ കുട്ടികളുടെ കഥകേട്ട് എനിക്ക് തീരെ ഉത്സാഹമില്ലാത്തതുപോലെയായി. ഞാൻ അകത്ത് മുറിയിൽ പോയി ഓരോന്ന് ആലോചിച്ചുകൊണ്ടിരുന്നു. കുട്ടികൾ കുറെ വസ്ത്രങ്ങൾ കിട്ടിയ സന്തോഷത്തോടെ ഇറങ്ങിപ്പോയി. ദൂരെനിന്ന് അവർ പാടുന്നത് കേൾക്കാമായിരുന്നു.

എത്രയോ മനോഹരങ്ങളായ പദങ്ങളും ഗാനങ്ങളും പാടിക്കേട്ടിട്ടുണ്ട്. എന്നാൽ സ്വരവും ആത്മാവും തമ്മിൽ ഇതുപോലെ ചേർച്ചയുള്ള ഗാനം ഒരിടത്തും കേട്ടിട്ടില്ല. ശബ്ദവും വസ്തുവും തമ്മിൽ ഇതുപോലുള്ള ചേർച്ച ആരും ചിത്രീകരിച്ചു കണ്ടിട്ടുമില്ല.

അവരെ വിളിക്കാനായി ഞാൻ വേഗം പുറത്തേക്കിറങ്ങി. എന്നാൽ അവർ വളരെ ദൂരം എത്തിക്കഴിഞ്ഞിരുന്നു.

III

ഈ സംഭവം നടന്നതിന്റെ അടുത്ത ദിവസം തന്നെ ഞാൻ യുദ്ധത്തിനെതിരായി സത്യാഗ്രഹമനുഷ്ഠിച്ച് ജയിലിലെ അതിഥിയായി. എന്റെ രണ്ടു കുട്ടികളും സന്തോഷത്തോടെ എന്നെ യാത്രയാക്കി. ഇളയ മകൾ ചെറിയ കുട്ടിയായതുകൊണ്ട് എന്നെ വിട്ട് വീട്ടിൽ തനിച്ച് നിൽക്കുമായിരുന്നില്ല. ഞാൻ അവളെക്കൂടി ജയിലിലേക്ക് കൊണ്ടുപോയി.

അന്ന് ജബൽപൂർ ജയിലിൽ മറ്റൊരു രാഷ്ട്രീയ തടവുകാരി ഉണ്ടായിരുന്നില്ല. ഞാൻ തനിച്ചായിരുന്നതുകൊണ്ട് എന്നെ ഹോസ്പിറ്റലിൽ തടവുകാർക്കുള്ള മുറിയിലാണ് താമസിപ്പിച്ചത്. എനിക്ക് വേണ്ട സേവനങ്ങൾ ചെയ്യുന്നതിനായി രണ്ട് സാധാരണ തടവുകാരികളെ രാത്രികാലങ്ങളിൽ എന്റെ മുറിയിൽ നിർത്തിയിരുന്നു. പകൽ സമയത്ത് എല്ലാവർക്കും ഒരുമിച്ചു കഴിയാം. ജയിലിലെ ലോകം വിചിത്രപ്പെട്ടതാണ്.

എന്റെ കൂടെ നിർത്തിയിരുന്ന തടവുകാരികളെപ്പറ്റി ഞാൻ ജയിലിലെ അധികാരികളോട് അന്വേഷിച്ചു.

കൂടെനിൽക്കുന്ന ഒരുവളെ ചൂണ്ടി ഞാൻ ചോദിച്ചു:– “ആരാണ് ഇവൾ?”

“ഇവൾ മോഷണം നടത്തിയവളാണ്.”

“മോഷണം .... ഇവളോ?..........”

“ഇവൾ ചരസ് വിറ്റു നടന്നിരുന്നവളാണ്. സ്വന്തം കുട്ടിയെ ജനിച്ച പാടെ കൊന്നുകളയാൻ ശ്രമിച്ചവളാണ്.”

ഒരമ്മയ്ക്ക് ഇങ്ങനെ സ്വന്തം കുട്ടിയെ കൊല്ലാൻ ധൈര്യമുണ്ടാകുമോ? എനിക്കത് വിശ്വസിക്കാൻ കഴിഞ്ഞില്ല.

“ശരി. അപ്പോൾ ഈ കുട്ടിയോ? ഇവൾ തീരെ ചെറുപ്പമാണല്ലോ. ഇവൾ എന്തു കുറ്റമാണ് ചെയ്തത്?”

“ഇവൾ ഇവളുടെ ഭർത്താവിനും അയാളുടെ അമ്മയ്ക്കും വിഷം കൊടുത്തവളാണ്.”

ഇതുകേട്ട് ഞാൻ ഞെട്ടിപ്പോയി. “ഈശ്വരാ! ഇവരൊക്കെ സ്ത്രീകൾ തന്നെയാണോ? നിന്റെ ആജ്ഞയനുസരിച്ചാണോ ഇവരെയും സൃഷ്ടിച്ചത്.”

ഈ സമയത്ത് എന്റെ ഉള്ളിൽ ഇരുന്ന് ആരോ ഇങ്ങനെ മന്ത്രിക്കുന്നതുപോലെ എനിക്ക് തോന്നി. ‘ഇപ്പോൾ ചിത്രത്തിന്റെ ഒരുവശം മാത്രമല്ലേ ആയിട്ടുള്ളൂ. ഇതിന്റെ മറുവശംകൂടി കാണുക. ഒരുപക്ഷേ ഇവരെല്ലാം നിരപരാധികളാണെങ്കിലോ? ഇവർ – നല്ലവരാണങ്കിലോ?’

എന്റെ കൂടെ നിൽക്കുന്നവരിൽ ഒരുവൾ ഒരു കാര്യത്തിലും വിവരമില്ലാത്തവളായിരുന്നു. അവൾക്ക് ഒന്നും വേണ്ടതരത്തിൽ ചെയ്യുവാൻ അറിയുകയില്ല. എന്നാൽ വേറൊരുത്തി മധ്യവയസ്കയും നല്ല അറിവുള്ളവളുമായിരുന്നു. അവളുടെ കൂടെ ഒരു ചെറിയ കുട്ടിയും ഉണ്ടായിരുന്നു. അധികം സംസാരിക്കുകയില്ലെങ്കിലും അവൾ എല്ലാ ജോലികളും ശ്രദ്ധയോടെ ചെയ്യുമായിരുന്നു. അവൾ എന്തോ ആലോചിച്ചുകൊണ്ടിരിക്കുന്നതുപോലെ കാണപ്പെട്ടു. എന്റെ മകൾ മീനു അവൾക്ക് സ്വന്തം മകളെപ്പോലെ ആയിരുന്നു. അവളുടെ സ്വന്തം മകൻ തനിയെ നടക്കുമ്പോൾ അവൾ മീനുവിനെ എടുത്തുകൊണ്ടു നടക്കും. അവൾ വെള്ളം നിറയ്ക്കാൻ പോകുമ്പോൾ മീനുവും അവളുടെ ഒപ്പം ഉണ്ടാകും. ധാന്യങ്ങൾ പൊടിക്കുമ്പോഴും അവളുടെ കൂടെതന്നെ പാത്രങ്ങൾ കഴുകുമ്പോഴും മീനുവും അവളുടെകൂടെ നിന്ന് ചെറിയ പാത്രങ്ങൾ കഴുകിവയ്ക്കുന്നതു കാണാം. എന്തിന്, മീനുവിനെ പുറത്ത് കെട്ടിവച്ചുകൊണ്ട് അവൾ മുറ്റമടിക്കുകവരെ ചെയ്യും. ആ തടവുകാരിയുടെ പേര് ലഖിയ എന്നായിരുന്നു.

ലഖിയയും മീനുവും തമ്മിലുള്ള അടുപ്പംമൂലം അവളുടെ കുട്ടിക്ക് ഭക്ഷണം പോരാതെവന്നാൽ അവൾ മീനുവിനു കൊടുക്കാനുള്ള പഴങ്ങളും മിഠായിയും അവനും കൂടി കൊടുത്ത് ആ കുറവ് നികത്തും. അവളുടെ മകൻ അധിക സമയവും എന്റെ അടുത്തിരുന്നാണ് കളിക്കുക. പഴങ്ങളും മിഠായിയുമൊക്കെ തിന്നുന്നതുകൊണ്ട് അവനു, വെള്ളം

നിറയ്ക്കലും പാത്രം കഴുകലും തോട്ടം നനയ്ക്കലുമൊക്കെ ചെയ്ത് എന്റെ മകൾക്കും കുറച്ചു ദിവസംകൊണ്ട് നല്ല ആരോഗ്യം കിട്ടിയതു പോലെ തോന്നി. ഈ ലഖിയ ആരായിരിക്കും? ഇവൾ എങ്ങനെ ജെയിലിൽ വന്നുപെട്ടു? ഞാൻ വളരെ ആലോചിച്ചു. ഒരുദിവസം ഞാൻ ജയിലിലെ ജോലിക്കാരോടു തന്നെ ഈ കാര്യം ചോദിച്ചു.

"അയ്യോ! ഇവൾ മഹാ അപകടകാരിയാണ്. ഇവൾ പൊലീസുകാരെ തല്ലിയവളാ. ഞങ്ങൾ ഇവളെ ശരിയാക്കി കൊടുത്തിട്ടുണ്ട്. എന്താ, ഇവളെക്കൊണ്ട് ഭവതിക്ക് എന്തെങ്കിലും ബുദ്ധിമുട്ടുണ്ടായോ?'' അവർ ചോദിച്ചു.

"ഇല്ല. അങ്ങനെയൊന്നുമുണ്ടായിട്ടില്ല."

പെട്ടെന്ന് എനിക്ക് എന്റെ വീട്ടുമുറ്റത്ത് പാട്ടുപാടിക്കൊണ്ടു വന്ന കുട്ടികളെപ്പറ്റി ഓർമ വന്നു. അവരുടെ അമ്മയും പൊലീസിനെ തല്ലിയതിനാണ് ജയിലിൽ പോയത്. അവളുടെ ഒരു കുട്ടിയും അവളുടെ ഒപ്പമുണ്ട്.

ഞാൻ പലതവണ ലഖിയയോടുതന്നെ ചോദിക്കാൻ ഒരുങ്ങിയതാണ്. എന്നാൽ അവളുടെ ഗംഭീരവും ഉദാസീനവുമായ മുഖഭാവം കണ്ടിട്ട് ഒരിക്കലെങ്കിലും ആ കാര്യം അവളോട് ചോദിക്കാൻ എനിക്ക് ധൈര്യമുണ്ടായിട്ടില്ല.

ഒരുദിവസം രാത്രി നല്ല മഴ പെയ്തു. ഭയങ്കരമായ ഇടിയും മിന്നലുമായിരുന്നു. ഞാൻ എന്റെ മക്കളെ ഓർത്തുപോയി. എന്റെ മകന് പേടി തോന്നുമായിരിക്കും. വേറെ കട്ടിലിൽ കിടന്നാലും ഇടിയും മിന്നലുമുണ്ടാകുമ്പോൾ അവൻ എന്റെയടുത്ത് വന്നുകിടക്കും.

അതോടൊപ്പം പാലത്തിനടിയിൽ കിടന്നുറങ്ങുന്ന മൂന്നു പാവം കുട്ടികളെപ്പറ്റിയും ഞാൻ ഓർത്തുപോയി. കൂടുതലൊന്നും ആലോചിക്കാൻ എനിക്ക് ധൈര്യമുണ്ടായില്ല. ഈശ്വരാ! എല്ലാ അമ്മമാരുടെയും മക്കളെ അങ്ങ് രക്ഷിക്കണേ. ഒടുവിൽ എന്റെ മക്കളെയും.

ജയിലിൽ എനിക്ക് പത്രം വായിക്കാൻ കിട്ടിയിരുന്നു. എല്ലാ തടവുകാരികളും യുദ്ധവാർത്തകൾ അറിയാൻ താൽപ്പര്യമുള്ളവരായിരുന്നു. ഒരുദിവസം ജയിൽകവാടം തുറക്കപ്പെടുമെന്നും കാലാവധി കഴിയും മുമ്പേ തങ്ങൾ മോചിപ്പിക്കപ്പെടുമെന്നും അവർ ദൃഢമായി വിശ്വസിച്ചിരുന്നു. ഞാൻ അവരെ യൂറോപ്പിൽ നടക്കുന്ന യുദ്ധത്തെപ്പറ്റിയും ഇന്ത്യയിൽ നടന്നുകൊണ്ടിരിക്കുന്ന സത്യാഗ്രഹ സമരത്തെപ്പറ്റിയുള്ള വാർത്തകൾ വായിച്ചു കേൾപ്പിക്കുമായിരുന്നു.

ഒരുദിവസം വൈകുന്നേരം കിട്ടിയ പത്രത്തിലെ വാർത്ത വായിച്ച് എനിക്കു ബോധം നഷ്ടപ്പെട്ടതുപോലെ തോന്നി. ജബൽപ്പൂരിൽ നിന്നുള്ള വാർത്തയായിരുന്നു.

"ഇന്നലെ രാത്രി അവിചാരിതമായി പെയ്ത ശക്തിയായ മഴയിൽ ജയിലിനടുത്തുള്ള കനാലിൽ മൂന്നുകുട്ടികൾ ഒലിച്ചു പോയി. മൂന്നുപേരുടെയും ശവങ്ങൾ കിട്ടിയിട്ടുണ്ട്. കുട്ടികളെപ്പറ്റിയുള്ള കൂടുതൽ വിവര

ങ്ങൾ അറിവായിട്ടില്ല. രണ്ടുപെൺകുട്ടികളും ഒരു ആൺകുട്ടിയുമാണ് ഒലിച്ചുപോയത്. പാട്ടുംപാടി ഭിക്ഷയാചിച്ചു നടക്കുന്ന പാവപ്പെട്ട കുട്ടികളാണെന്ന് പറഞ്ഞു കേൾക്കുന്നു."

എന്റെ വീട്ടുമുറ്റത്ത് വന്ന് പാട്ടുപാടിയ മൂന്ന് കുട്ടികളുടെ രൂപങ്ങൾ എന്റെ കൺമുമ്പിൽ തെളിഞ്ഞു വന്നു. അവർ ഭക്തിഗാനങ്ങൾ ആലപിച്ചുകൊണ്ട് നടന്നകലുന്നതുപോലെ എനിക്കു തോന്നി.

ഞാൻ പത്രം താഴെ വച്ചു. എനിക്ക് എന്റെ കണ്ണീനീർ നിയന്ത്രക്കാൻ വളരെ പണിപ്പെടേണ്ടി വന്നു. "പാവം കുട്ടികൾ"– എന്റെ വായിൽ നിന്ന് ഞാനറിയാതെ ഈ രണ്ടുവാക്കുകൾ പുറത്തു വന്നു.

ലഖിയ അടുത്തിരുന്ന് എനിക്കുവേണ്ടി ചായ ഉണ്ടാക്കുകയായിരുന്നു. അവൾ ചോദിച്ചു: "എന്താണ് പത്രത്തിൽ വാർത്തയുള്ളത്? എന്താ ഇത്ര ദുഃഖം തോന്നാൻ? കുട്ടികളെപ്പറ്റി ഓർത്തുപോയോ?"

എനിക്ക് ലഖിയയോട് മറുപടിയൊന്നും പറയാൻ കഴിഞ്ഞില്ല.

ലഖിയ എന്നെ സമാധാനിപ്പിക്കാൻ വേണ്ടി പറഞ്ഞു: "ഇനിയും കുറച്ചു ദിവസംകൂടിയല്ലേയുള്ളൂ. അത് പെട്ടെന്നങ്ങ് കഴിഞ്ഞുപോകും. കുട്ടികൾ അവരുടെ അച്ഛന്റെ കൂടെയല്ലേ ഉള്ളത്. പിന്നെ എന്തിനാണ് വിഷമിക്കുന്നത്?"

എനിക്ക് അവളുടെ മുഖത്ത് നോക്കാൻപോലും ധൈര്യമുണ്ടായില്ല. അവൾ എന്നെ സാന്ത്വനപ്പെടുത്തി സംസാരിച്ചിട്ട് ദീർഘമായി നിശ്വസിച്ചു. അശ്രുക്കൾ നിറഞ്ഞുനിന്ന കണ്ണുകൾ തുടച്ച് എല്ലാ ശക്തിയും സംഭരിച്ചുകൊണ്ട് ഞാൻ അവളോട് ചോദിച്ചു:

"ലഖിയ! നിനക്ക് വേറെയും കുട്ടികളുണ്ടോ? അതോ ഈ ഒരു കുട്ടി മാത്രമേയുള്ളോ?"

നിറഞ്ഞു തുളുമ്പിനിൽക്കുന്ന കണ്ണുകളും ദുഃഖത്തിൽ പൊതിഞ്ഞ പുഞ്ചിരിയുമായി ലഖിയ മീനുവിന്റെ നേരെ വിരൽ ചൂണ്ടിക്കൊണ്ടു പറഞ്ഞു:

"ഒന്നല്ല. ഇതാ ഒരു മകളും കൂടിയുണ്ട്."

'അതെ. ഇവരിപ്പോൾ നമ്മുടെ കൂടെ ജയിലിലല്ലേ. ജയിലിന് പുറത്ത് നിനക്ക് എത്ര കുട്ടികളുണ്ട്?'

ലഖിയ വീണ്ടും ദീർഘമായി നിശ്വസിച്ചു. "ജയിലിന് പുറത്തുള്ളവർ ഈശ്വരന്റെ അല്ലേ; എന്റേതെന്ന് എങ്ങനെ പറയും?" ഇതായിരുന്നു അവളുടെ മറുപടി.

അതിനുശേഷം അവൾ പത്രത്തിലെ വാർത്തകളെപ്പറ്റി ചോദിച്ചുകൊണ്ടിരുന്നു. എന്നാൽ എനിക്ക് പത്രത്തിൽ വായിച്ച വാർത്തയെപ്പറ്റി അവളോട് പറയാനുള്ള ധൈര്യമുണ്ടായിരുന്നില്ല.

ഭഗവതീചരൺ വർമ്മ

ശ്രീ. ഭഗവതീചരൺ വർമ്മ കവി, കഥാകൃത്ത്, നോവലിസ്റ്റ് എന്നീ നിലകളിൽ പ്രസിദ്ധമാണ്. വക്കീൽ പരീക്ഷ ജയിച്ചിട്ടും കോടതിയിൽ പോകാതെ ദളിതരും പീഡിതരുമായ ജനങ്ങളുടെ വക്കീലായി ജീവിച്ചയാളാണ്.
ശ്രീ. വർമ്മയുടെ *പ്രായശ്ചിത്ത്* എന്ന കഥ ഉന്നതവർഗത്തിൽപ്പെട്ട സ്ത്രീകളുടെ അന്ധവിശ്വാസങ്ങളെ എടുത്തുകാണിക്കുന്ന ഒരു കഥയാണ്.
ഇൻസ്റ്റാൾമെന്റ് എന്ന കഥ സമ്പന്നവർഗത്തിൽപ്പെടുന്നവരുടെ മിഥ്യാഭിമാനത്തിനു നേരേ തറച്ചുകൊള്ളുന്ന വ്യംഗ്യാത്മകമായ കഥയാണ്. മാതാപിതാക്കന്മാരുടെ അടുത്തു നിന്ന് വേറിട്ട് സ്വന്തമായി ജീവിക്കുമ്പോഴും പ്രയാസങ്ങളുടെയും ജീവിത വൈഷമ്യങ്ങളുടെയും സമ്മർദമുള്ളപ്പോൾത്തന്നെ തന്റെ പ്രൌഢിയും അന്തസ്സും പരസ്യമായി കാണിക്കുന്നതിനായി ഒരു കാർ ഇൻസ്റ്റാൾമെന്റ് വ്യവസ്ഥയിൽ കടമായി വാങ്ങുകയും തവണകൾ അടയ്ക്കാൻ പോലും നിവർത്തിയില്ലാതെ ഒടുവിൽ കാർ വിൽക്കാൻ തീരുമാനിക്കുകയും ചെയ്യുന്ന ഒരു ചെറുപ്പക്കാരന്റെ കഥയാണ് *ഇൻസ്റ്റാൾമെന്റ്*.

7

ഇൻസ്റ്റാൾമെന്റ്

ചായക്കപ്പ് ചുണ്ടുകളിലേക്ക് ചേർത്തുവച്ചതേയുള്ളു; പുറത്ത് മോട്ടാർകാറിന്റെ ഹോൺ മുഴങ്ങികേട്ടു. വരാന്തയിലേക്ക് ഇറങ്ങിച്ചെന്നു നോക്കി. ചൗധരി വിശ്വംഭർ സഹായ് പുതിയ ഷെവർലെയിൽ ഇരുന്ന് ഇലക്ട്രിക് ഹോൺ മുഴക്കിക്കൊണ്ടിരിക്കുന്നു. എന്നെ കണ്ടതോടെ "ഹലോ! ഗുഡ് ഈവനിംഗ് സുരേഷ്" എന്നു പറഞ്ഞുകൊണ്ട് കാറിൽ നിന്ന് ഇറങ്ങി വന്നു.

"ഗുഡ് ഈവനിംഗ് ചൗധരീ സാഹബ്. ചായ കുടിക്കാൻ ഇരുന്നതേയുള്ളു. താങ്കൾ കൃത്യസമയത്താണ് വന്നത്."

ചൗധരി വിശ്വംഭർ സഹായ് ഉറച്ച ശരീരവും നല്ല ഉയരവുമുള്ള യുവാവാണ്. ഇരുപത്തിയഞ്ച് വയസുണ്ടാകും. കറുത്ത നിറം. സുന്ദരമായ നീണ്ട മുഖം ഷേവ് ചെയ്ത് വൃത്തിയാക്കിയിരിക്കുന്നു. മുഖത്ത് പൗഡറിന്റെയും ക്രീം പുരട്ടിയതിന്റെയും നേരിയ ആർദ്രത കാണാം. കരയുള്ള നീണ്ട സിൽക്കിന്റെ കുപ്പായം. തലപ്പാവ് കൈയിലെടുത്തിരിക്കുന്നു. പേറ്റന്റ് ലതർ കൊണ്ടുള്ള ഗ്രീഷിയൻ പമ്പ്.

ചൗധരി വിശ്വംഭർ സഹായിന്റെ പിതാവ് ചൗധരി ഹർസഹായ്

അയോധ്യയിലെ ഒരു താലൂക്കിന്റെ അധികാരിയായിരുന്നു. വിശ്വംഭർ സഹായ് അദ്ദേഹത്തിന്റെ ഏകപുത്രൻ. അയാൾ ശാഠ്യംപിടിച്ച് അയോധ്യയിൽനിന്ന് പ്രയാഗിൽ വന്ന് താമസമാക്കി. അച്ഛന്റെയും മകന്റെയും സ്വഭാവങ്ങൾക്ക് സാമ്യമുണ്ടായിരുന്നെങ്കിലും രണ്ടുപേരും തമ്മിൽ ചെറിയ ചെറിയ കാര്യങ്ങളിൽപോലും അഭിപ്രായവ്യത്യാസമുണ്ടായിരുന്നു. രണ്ടുപേരും മദ്യസേവയ്ക്കുവേണ്ടി കണക്കില്ലാതെ പണം ചെലവാക്കിയിരുന്നു. പിതാവ് ഒരു കുപ്പി നാടൻ ചാരായം അകത്താക്കിയാൽ പുത്രൻ രണ്ട് പെഗ്ഗ് വിസ്കിക്കൊണ്ട് തൃപ്തിയടയുമായിരുന്നു. പിതാവ് നാട്ടിൻപുറത്തുള്ള ചെരിപ്പുകുത്തികളുടെ പെൺമക്കൾക്കുവേണ്ടി പത്തോ പതിനഞ്ചോ രൂപ ചെലവാക്കുമ്പോൾ പുത്രൻ പട്ടണത്തിലുള്ള സൊസൈറ്റി ഗേൾസിനുവേണ്ടി ഭക്ഷണം വാങ്ങിക്കൊടുക്കാനും അവരെ തമാശകൾ കാണിക്കാനും കയ്യയച്ച് ചെലവ് ചെയ്യുമായിരുന്നു. രണ്ടുപേർക്കും രാഷ്ട്രീയത്തിൽ താൽപ്പര്യമുണ്ടായിരുന്നു. പിതാവ് നാട്ടിലെ ശാന്തിസഭയുടെ പ്രസിഡണ്ടായിരുന്നു. പുത്രൻ ഇടയ്ക്കിടയ്ക്ക് ഖാദി ധരിച്ചുകൊണ്ട് കോൺഗ്രസിന്റെ സമ്മേളനത്തിൽ പ്രസംഗിക്കാൻ പോകുമായിരുന്നു.

രണ്ടുപേരും തമ്മിലുള്ള വൈരുധ്യം ദോഷകരമായിത്തന്നെ പരിണയിച്ചു. ഒരുദിവസം പിതാവിനെ വൈക്കോൽപ്പുരയിൽ അടച്ചുപൂട്ടിയിട്ട് പുത്രൻ ഇനിയും ഈ ഗ്രാമത്തിലേക്ക് വരികയില്ലെന്ന് പ്രതിജ്ഞയെടുത്ത് പട്ടണത്തിലേക്ക് പോയി. പന്ത്രണ്ടു മണിക്കൂർ അപ്രത്യക്ഷനായി കഴിഞ്ഞതിനുശേഷം തിരച്ചിൽ നടത്തിയവർ ചൗധരി ഹർസഹായിയെ വൈക്കോൽപ്പുരയിൽനിന്ന് കണ്ടെടുത്തു.

പുത്രന്റെ ഈ അമാന്യമായ പെരുമാറ്റത്തിൽ കോപിഷ്ഠനായ പിതാവ് പിസ്റ്റൾ കയ്യിലെടുത്തുകൊണ്ടു നിന്നു. ഭർത്താവിന്റെ ഉഗ്രരൂപം കണ്ട് ഭാര്യ ഉച്ചത്തിൽ നിലവിളിക്കാൻ തുടങ്ങി. ഭാര്യ തനിയെ കരയുന്നത് ചൗധരിക്ക് രസിച്ചില്ല. അദ്ദേഹവും ഭാര്യയുടെ കൂടെ കരയാൻ തുടങ്ങി. അൽപ്പം കഴിഞ്ഞ് രണ്ടുപേരും തമ്മിൽ ആശ്ലേഷത്തിൽ അമർന്നു.

ചൗധരി വിശ്വംഭർ സഹായ് പ്രയാഗിൽ വന്ന് സിവിൽ ലൈൻസിലുള്ള ഒരു വീട് വാടകയ്ക്ക് എടുത്തു താമസമാക്കി. വീട്ടിൽനിന്നു പോരുമ്പോൾ അത്യാവശ്യത്തിനുള്ള പണം കരുതിയിരുന്നു. അതിനു പുറമേ അമ്മ ഇടയ്ക്കിടെ വീട്ടുചെലവുകൾ വെട്ടിച്ചുരുക്കി ഇരുന്നൂറോ മുന്നൂറോ രൂപ മകന്റെ പേരിൽ അയച്ചുകൊടുത്തുകൊണ്ടിരുന്നു.

"അല്ല, സ്നേഹിതാ, ഇന്ന് വൈകുന്നേരത്തേയ്ക്ക് മുന്നൂറു രൂപ വേണം. പകൽ പട്ടണം മുഴുവൻ അരിച്ചുപെറുക്കി. ഒരിടത്തും തരപ്പെട്ടില്ല. തോൽവി സമ്മതിച്ച് നിങ്ങളുടെ മുമ്പിൽ വന്നിരിക്കുകയാണ്."

എനിക്ക് ചിരിക്കാനാണ് തോന്നിയത്. "ഇത്രയേ ഉള്ളൂ കാര്യം." ഇപ്പോൾത്തന്നെ കൊണ്ടുപൊയ്ക്കൊള്ളു.'

ചായക്കപ്പ് ചൗധരിയുടെ നേരെ നീട്ടിക്കൊണ്ട് ഞാൻ പറഞ്ഞു. "അല്ല....... ഇപ്പോൾ പണത്തിന് എന്താ അത്രയ്ക്ക് ആവശ്യം?" ഞാൻ ചോദിച്ചു.

"ഒന്നും പറയേണ്ട...."

"എന്താ, എവിടുന്നെങ്കിലും എന്തെങ്കിലും ഓർഡർ കിട്ടിയിട്ടുണ്ടോ?" ഞാൻ രഹസ്യം അറിയാനെന്ന മട്ടിൽ ചോദിച്ചു.

"ഏയ്. അതൊന്നുമില്ല. അത് ഞാൻ നിങ്ങൾക്ക് ഉറപ്പുതരാം."

ഇതിൽ എന്തോ രഹസ്യമുണ്ടെന്ന് എനിക്ക് മനസിലായി.

"നോക്കൂ...... ചൗധരീജി! മറച്ചുവയ്ക്കണ്ട. കാര്യമെന്താണെന്ന് കൃത്യമായി പറയൂ. പണം ഞാൻ തരാം. എന്നോടുതന്നെ പണം വാങ്ങിക്കൊള്ളൂ." ഞാൻ ചിരിച്ചുകൊണ്ടു പറഞ്ഞു.

"സ്നേഹിതാ! നാളെ കാറിന്റെ ഇൻസ്റ്റാൾമെന്റ് അടയ്ക്കണം. അത്രയേ ഉള്ളു."

"നിത്യേനയുള്ള ആവശ്യങ്ങൾക്കുപോലും പണമില്ലാത്തപ്പോഴാണ് നിങ്ങൾക്ക് കാറ് വാങ്ങാൻ തോന്നിയത്."

"സ്നേഹിതാ! അന്ന് ഞാൻ പെട്ടുപോയതാണ്. ഇനി എന്തു ചെയ്യാനാ?"

"എന്ത്?"

"ശരി. ഇന്നുവരെ ആരോടും പറഞ്ഞിട്ടില്ലാത്ത കാര്യം നിങ്ങളോട് പറയേണ്ടിവരുന്നു. വെറും മൂന്നുമാസത്തെ കാര്യമേയുള്ളു. ഭുവന്റെ ജ്യേഷ്ഠൻ വന്നിട്ടുണ്ട്. അയാളെ കാണാൻ ഞാൻ രാവിലെതന്നെ അവിടെ പോയി. വീട്ടിലെത്തിയപ്പോഴേ ഞാൻ കുതിരവണ്ടി പറഞ്ഞയച്ചു. അവിടെ കുറെപേർ കൂടിയിട്ടുണ്ട്. വേഗം മടങ്ങാൻ കഴിയില്ലെന്നു തോന്നി. എന്റെ ഊഹം തെറ്റായിരുന്നില്ല. ഭക്ഷണമൊക്കെ കഴിഞ്ഞ് പന്ത്രണ്ടുമണിക്കാണ് അവിടെ നിന്ന് ഇറങ്ങിയത്."

എനിക്ക് അടുത്ത ജംഗ്ഷൻ വരെ പോകേണ്ടിയിരുന്നു. ഭുവനോട് ഒരു കുതിരവണ്ടി വിളിപ്പിച്ചു തരാൻ പറഞ്ഞു. അയാളുടെ വീട്ടുവേലക്കാരൻ സുഖമില്ലാതിരിക്കുകയായിരുന്നു. പുറത്തേക്ക് ഇറങ്ങിയാൽ എന്തെങ്കിലും വാഹനം കിട്ടിയേക്കും എന്നു കരുതി ഞാൻ അവിടെനിന്നും ഇറങ്ങി. മഴക്കാലത്തെ വെയിലിന്റെ ശക്തി സഹിക്കാൻ കഴിയുന്നതായിരുന്നില്ല. ശരിക്കും മധ്യാഹ്ന സമയം. നിരത്ത് ആകെ ചുട്ടുപഴുത്തിരിക്കുന്നു. തലയോട്ടി പൊളിഞ്ഞുപോകുന്നതുപോലെ തോന്നി. ഗേറ്റു കടന്ന് ഒരു മരത്തിന്റെ തണലിൽ വാഹനം കാത്തുനിൽപ്പായി.

അരമണിക്കൂറോളം അവിടെ നിന്നു. ആളില്ലാത്ത കുതിരവണ്ടികളൊന്നും അങ്ങോട്ടോ ഇങ്ങോട്ടോ പോകുന്നതു കണ്ടില്ല. ആകെ വിഷമത്തിലായി. എന്റെ വീട്ടിലേക്ക് അവിടെനിന്ന് ഏകദേശം രണ്ടുമൈൽ ദൂരമുണ്ട്. നടന്നു പോകണമെന്ന് ഓർത്തപ്പോഴേ കണ്ണിൽ ഇരുട്ട് കയറി. എന്താ ചെയ്യുക എന്ന് ഒരു രൂപവുമില്ല. ഒടുവിൽ പത്തു മിനിട്ട് കൂടി കാത്തുനിന്നിട്ട് വാഹനമൊന്നും കിട്ടിയില്ലെങ്കിൽ കാൽനടയായി പോകാമെന്നുറച്ചു.

പത്തു മിനിട്ട് കഴിഞ്ഞു. വാഹനമൊന്നും കണ്ടില്ല. നടക്കാനുറച്ച് കാലുകൾ മുന്നോട്ടു വച്ചു. പെട്ടെന്ന് ഒരു കുതിരവണ്ടിയുടെ ശബ്ദം

കേട്ടു. അടുത്ത് വന്നപ്പോൾ അതിൽ ആളൊന്നുമില്ലെന്ന് മനസിലായി.

ഞാൻ പെട്ടന്ന്.... അവിടെ നിന്നു. ആ കുതിരവണ്ടി കണ്ട പ്പോൾത്തന്നെ എന്റെ ജീവൻ പോയതുപോലെ യായി. അത് യുദ്ധം തുട ങ്ങിയ കാലത്തിന് മുമ്പ് ഉണ്ടാക്കിയതാണെന്ന് തോന്നി. ഇത്രയും പഴയ മരം കൊണ്ടുള്ള കുതിര വണ്ടി ഇരുവരെ ഞങ്ങൾ കണ്ടിട്ടേ ഇല്ല. ചെറിയ ചക്രങ്ങളുടെ മേൽ ഇരുമ്പ് പട്ട ഘടിപ്പിച്ചിട്ടുണ്ട്. ആവനാഴിയിൽ നിന്ന് വിട്ടുപോകുന്ന മട്ടിലാണ്. ഓരോ ഭാഗത്തും വേറെ ഇരുമ്പ് പട്ടകൾകൊണ്ട് തടഞ്ഞുവച്ചതുകൊണ്ട് വിട്ടുപോകുന്നില്ലെന്നുമാത്രം. അതിന്റെ ആണി കൾ വണ്ടി ഓടിത്തുടങ്ങുമ്പോൾ കർക്കശമായി ഒരു പ്രത്യേക ശബ്ദം പുറപ്പെടുവിച്ചുകൊണ്ടിരുന്നു. കുതിരവണ്ടിയുടെ മേൽക്കൂര നാലുപാടും ഇളകിക്കൊണ്ടിരുന്നു. മേൽക്കൂരയുടെ മൂന്നു ബന്ധങ്ങൾ മാത്രമേ കാണാ നുള്ളൂ. നാലാമത്തേത് ഇളകിപ്പോയതുമൂലം അവിടെ മുളകൊണ്ട് ബന്ധി ച്ചിരിക്കുകയാണ്. മറ്റ് മൂന്നു ബന്ധങ്ങളിലും തുണിയിൽ ഓയിൽ മുക്കി ചുറ്റിവച്ചിട്ടുണ്ട്. അതിന് അവിടവിടെ കീറലുകൾ ഉള്ളതുകൊണ്ട് അതി നുള്ളിലെ പരുത്തി കാറ്റിൽ നാലുപാടും പരന്നു നടക്കുന്നു.

ഒരു പെൺകുതിരയെയാണ് വണ്ടിയിൽ കെട്ടിയിട്ടുള്ളത്. അതിന് ഏകദേശം മൂന്നരയടി പൊക്കമുണ്ടാകും. അഞ്ചടി നീളവും ഒരടി വീതി യുമുണ്ടാകും. കുതിരയുടെ ഓരോ അസ്ഥിയും എണ്ണിപ്പെറുക്കിയെടുക്കാ വുന്ന മട്ടിലായിരുന്നു. ഓടുന്നതിനിടയിൽ അത് ഇടയ്ക്കിടെ നിന്ന് ഉറക്കം തൂങ്ങുന്നതുകാണാം. വണ്ടിക്കാരൻ എഴുപതുവയസു തോന്നിക്കുന്ന ഒരു വൃദ്ധനായിരുന്നു. വൃദ്ധന്റെ ഊര വളഞ്ഞുപോയിരിക്കുന്നു. വായിൽ ഒരു പല്ലുപോലും കാണാനില്ല. അയാളുടെ ഒരു കയ്യിൽ കുതിരച്ചാട്ടയും മറ്റേ കയ്യിൽ കുതിരയുടെ കടിഞ്ഞാണും പിടിച്ചിട്ടുണ്ട്. ആ സമയത്ത് അയാൾ കറുപ്പിന്റെ ലഹരിയിൽ ഉറക്കംതൂങ്ങുന്നുണ്ടായിരുന്നു.

സുരേഷ്, ആ കുതിര വണ്ടിയിൽ കയറാൻ മനസു തോന്നിയിരു ന്നില്ല. പക്ഷെ, മരിക്കാൻ പോകുന്നവൻ എന്താണ് ചെയ്യാത്തത്. ഞാൻ ഓടുന്ന ആ കുതിരയെ വണ്ടിയിലേക്ക് ചാടിക്കയറി ഇരുന്നു. വണ്ടിയിൽ ഭാരം അധികമായെന്നു തോന്നിയ കുതിര പ്രതിഷേധ സൂചകമായി വഴി യിൽ നിന്നുപോയി. കുതിരവണ്ടി നിന്നപ്പോഴുണ്ടായ ഞെട്ടലിൽ വൃദ്ധന്റെ കണ്ണുകൾ തുറന്നു. ഒരൊറ്റ ശ്വാസത്തിൽ കുതിരയുടെ തന്തയുടെയും തള്ളയുടെയും പേരിൽ ചീത്ത പറഞ്ഞുകൊണ്ട് ചാട്ടകൊണ്ട് നല്ല പ്രഹരം കൊടുത്തു. കുതിരയ്ക്ക് ഓടേണ്ടി വന്നു. അതു കഴിഞ്ഞിട്ടാണ് അയാൾ എന്നെ നോക്കിയത്.

“സലാം ബാബുജി! എവിടേക്കാണ് പോകേണ്ടത്?”

“നേരേ തന്നെ പൊയ്ക്കൊള്ളൂ.” ഞാൻ പറഞ്ഞു. എന്റെ ബംഗ്ലാവ് ഈ റോഡിൽ തന്നെയായിരുന്നു.

കുറച്ചു ദൂരം പോയിക്കഴിഞ്ഞപ്പോൾ ഒരു കുതിരവണ്ടി എന്റെ വലതു ഭാഗത്തുകൂടി മുന്നോട്ടുപോയി. ആ വണ്ടിയിൽ രണ്ടു സ്ത്രീകൾ ഇരി പ്പുണ്ടായിരുന്നു. അവരെ നിങ്ങളും അറിയും. പ്രഭയും കമലയും. ഞാൻ

യൂണിവേഴ്സിറ്റിയിലായിരുന്നപ്പോൾ അവർ എന്നോടൊപ്പം പഠിച്ചിരുന്നവരാണ്. രണ്ടുപേരോടും എനിക്ക് നല്ല സുഹൃദ്ബന്ധമായിരുന്നു. എന്തു പറയുന്നു സുരേഷ്! അവരെ കണ്ടതോടെ എന്റെ മുഖം വല്ലാതെ വിളറിപ്പോയി. ഹൃദയം മിടിക്കാൻ തുടങ്ങി. അവരെങ്ങാനും ഈ വണ്ടിയിൽ എന്നെ കണ്ടെങ്കിലോ? പെട്ടെന്ന് ഞാൻ എന്റെ മുഖം എതിർവശത്തേക്ക് തിരിച്ചുകളഞ്ഞു.

ദൗർഭാഗ്യത്തിന് ഞാൻ മാത്രമേ ആ വണ്ടിയിൽ ഉണ്ടായിരുന്നുള്ളൂ. വേറെയും യാത്രക്കാർ ഉണ്ടായിരുന്നെങ്കിൽ എനിക്ക് എന്നെ ഒളിക്കാമായിരുന്നു. വണ്ടി വേഗത്തിൽ ഓടുകയാണ്. പെട്ടെന്ന് മന്ദഗതിയിലായി. ഞാൻ ആ സമയം പുറകോട്ടു നോക്കിക്കൊണ്ടിരിക്കുകയായിരുന്നു. എത്ര മന്ദഗതിയിലായാലും എന്റെ കുതിരവണ്ടിയെ പിടിക്കാൻ കഴിയില്ല. ഇതോർത്തപ്പോൾ ഞാൻ സന്തോഷത്തോടെ ഒന്നു ദീർഘമായി നിശ്വസിച്ചു പെട്ടെന്ന് കുതിരവണ്ടി നിന്നു. പ്രഭയും കമലയും എന്നെ കണ്ട് പൊട്ടിച്ചിരിക്കാൻ തുടങ്ങി.

ആ സമയത്തെ എന്റെ അവസ്ഥയെപ്പറ്റി സുരേഷിന് മനസിലാവുകയില്ല. ലജ്ജയും കോപവുംകൊണ്ട് എന്റെ മുഖം ആകെ ചുവന്നു. നിറം മാറിക്കൊണ്ടിരിക്കുന്നതായും എനിക്കു തോന്നി. മനസിൽ പല വിചാരങ്ങളും ഉണ്ടായിക്കൊണ്ടിരുന്നു. ചിലപ്പോൾ കുതിരവണ്ടിക്കാരനെ കൊന്നുകളയണമെന്നു തോന്നി. ചിലപ്പോൾ സ്വയം ജീവിതം അവസാനിപ്പിച്ചാലോ എന്നു തോന്നി. പിന്നെ അവർ രണ്ടുപേരെയും കൊന്നുകളഞ്ഞാലോ എന്നുവരെ ചിന്തിച്ചു. എന്നാൽ ഞാൻ അവർക്ക് മുഖം കൊടുത്തില്ല. വണ്ടിക്കാരനോട് വണ്ടി നിർത്താൻ പറഞ്ഞു. എന്നാൽ വളരെ നേരത്തേക്ക് വണ്ടിനിൽക്കാൻ കൂട്ടാക്കിയില്ല. ഒടുവിൽ നിവർത്തിയില്ലാതെ വണ്ടി തിരിച്ച് ഞാൻ പുറപ്പെട്ട സ്ഥലത്ത് എത്തിക്കാൻ കുതിരവണ്ടിക്കാരനോടു പറഞ്ഞു.

ജീവിതത്തിൽ ഒരിക്കലും എനിക്ക് ഇത്ര അപമാനം സഹിക്കേണ്ടിവന്നിട്ടില്ല. ഈ രണ്ടുപേരെയും എനിക്ക് കാർ ഉണ്ടെന്ന് കാണിച്ചുകൊടുക്കണമെന്നും. അങ്ങനെ എന്റെ ആത്മാഭിമാനത്തിനുണ്ടായ കുറവ് പരിഹരിക്കണമെന്നും നിശ്ചയിച്ചു. അന്നു വൈകുന്നേരം തന്നെ ഞാൻ ഈ കാർ വാങ്ങി. കൈവശം പണം ഒന്നും ഇല്ലായിരുന്നു. അതുകൊണ്ട് തവണവ്യവസ്ഥയിൽ കാർ വാങ്ങേണ്ടിവന്നു.

എനിക്ക് ചിരിവന്നു. 'ശരി. അപ്പോൾ ഇങ്ങനെ കാർ ഉണ്ടായി. കൊള്ളാം. കാർ വന്നല്ലോ.'

രണ്ടാമത് ഒരു ചായകൂടി ഉണ്ടാക്കിക്കൊണ്ട് വിശ്വംഭർ സഹായ് പറഞ്ഞു. "സ്നേഹിതാ, ഈ കാർ എനിക്ക് സംരക്ഷിക്കാൻ കഴിയുകയില്ല. സ്വന്തം ചെലവുകൾ നിർവഹിക്കുന്നതുതന്നെ പ്രയാസമായിരിക്കുന്നു. അതിനു പുറമേയാണ് കാർ ഒരു ശല്യമായിത്തീർന്നിരിക്കുന്നത്. പക്ഷെ, എന്തു ചെയ്യാനാണ്: ഞാൻ നിർബന്ധിതനായിപ്പോയി. കാർ വാങ്ങിയ ദിവസം മുതൽ ഇന്നുവരെ അവരെ രണ്ടുപേരെയും കണ്ടിട്ടേയില്ല. ഒരു

മാസമായി രാവും പകലും കാറിൽതന്നെ ചുറ്റിയടിക്കുകയാണ്. പട്ടണത്തിലെ ഓരോ റോഡും അരിച്ചുപെറുക്കി. അവരുടെ വീട്ടുവാതിൽക്കൽകൂടി എത്ര തവണയാണ് ചുറ്റിക്കറങ്ങിയത്! അവർ എവിടെവച്ചെങ്കിലും എന്നെ കാറിൽ വച്ച് കാണണം എന്നു മാത്രമേ ആശിച്ചുള്ളൂ. എന്നാൽ ആർക്കറിയാം. അവർ എവിടെപ്പോയി ഒളിച്ചിരിക്കുകയാണെന്ന്. അവർ എന്ന് ഈ കാർ കാണുന്നുവോ അതിന്റെ രണ്ടുനാലു ദിവസം കൂടി കഴിഞ്ഞാൽ ഞാൻ കാർ വിൽക്കും. ഒരു കാറിന്റെ കാര്യംകൊണ്ട് ഞാനാകെ വലഞ്ഞു. എനിക്ക് വെറുപ്പ് പിടിച്ചു ശരി. ഇൻസ്റ്റാൾമെന്റ് അടയ്ക്കാനുള്ള രൂപ ഇങ്ങുതരൂ. ഞാൻ പോകട്ടെ.'

സുദർശൻ

സുദർശൻ പ്രേംചന്ദ്യുഗത്തിൽപ്പെട്ട കഥാകാരനാണ്. അനേകം കഥകളിൽക്കൂടി അദ്ദേഹം ഹിന്ദിസാഹിത്യത്തിൽ തന്റെ പേര് നിലനിർത്തിയിട്ടുണ്ട്.

തന്റെ സ്നേഹിതനോട് കടമായി വാങ്ങിയ പണം കൊടുത്തുതീർക്കാൻ കഴിയാതെ വിഷമിക്കുന്നവരെ എല്ലായിടത്തും കാണാം. താൻ കടമായി കൊടുത്ത പണം മടക്കിക്കിട്ടാത്തതിൽ അൽപ്പം പോലും പരിഭവമോ നിർബന്ധമോ കാണിക്കുന്നവർ കുറവായിരിക്കും.

അധമർണ്ണനായ പണ്ഡിത് ശാദീരാമിനെയും ഉത്തമർണ്ണനായ ലാലാ സദാനന്ദന്റെയും ഗാഢമായ സ്നേഹത്തിന്റേയും ദൃഢമൈത്രിയുടെയും കഥയാണ് *ആൽബം.*

കൗതുകത്തിനുവേണ്ടിയും കുട്ടികളെ സന്തോഷിപ്പിക്കുന്നതിനും വേണ്ടി പത്രമാസികകളിൽനിന്ന് ചിത്രങ്ങൾ വെട്ടിയെടുത്ത് സൂക്ഷിക്കുന്ന ശാദീരാമിന് അതുമൂലം ഉണ്ടാകുന്ന നേട്ടത്തിന്റെ കഥ. വായനക്കാരിൽ അവിശ്വാസം ജനിപ്പിക്കുന്ന തരത്തിലുള്ള കഥയുടെ പര്യവസാനം ആദർശനിഷ്ഠവും ആസ്വാദ്യവുമാണ്.

8

ആൽബം

പണ്ഡിത് ശാദീരാം ദീർഘമായി നിശ്വസിച്ചുകൊണ്ട് ആലോചിച്ചു. ഈ കടം ഒരിക്കലും തലയിൽനിന്നും ഇറങ്ങിപ്പോകുകയില്ലേ?

അയാൾ നിർദ്ധനനായിരുന്നു. എന്നാൽ മനസുകൊണ്ട് നല്ലവനായിരുന്നു. ഏതു വിധേനയും ലാലാ സദാനന്ദന്റെ പണം കൊടുത്തു തീർക്കുക തന്നെ വേണം. ഓരോ പൈസയും അയാൾക്ക് സ്വർണനായണം പോലെയാണ്. പട്ടിണി കിടന്നും പൈസ മിച്ചം വയ്ക്കും. എന്നാൽ എന്തെങ്കിലും ആവശ്യം വന്ന് സമ്പാദിച്ചു വച്ച രൂപ മുഴുവൻ ചെലവാകും. അയാളുടെ അവസ്ഥ കൈകാലുകൾ വെട്ടി മാറ്റിയിട്ട് നദീതീരത്തിലെത്തുമ്പോൾ കര ഇടിഞ്ഞു പോകുമ്പോഴുണ്ടാകുന്നതുപോലെയായിരുന്നു. ആ സമയത്ത് അയാളുടെ സ്ഥിതി വളരെ കാരുണ്യജനകവും ഹൃദയഭേദകവുമായിരുന്നു. അയാൾ പ്രാരാബ്ധങ്ങളെ ശകാരിക്കാൻ തുടങ്ങും. ഇതായിരുന്നു ശാദീരാമിന്റെ അവസ്ഥ.

ഇപ്രകാരം വളരെ വർഷങ്ങൾ കഴിഞ്ഞു. ചില്ലറ നാണയങ്ങൾ മിച്ചം വച്ച് എൺപതു രൂപ ഉണ്ടാക്കി. അയാൾ ലാലാ സദാനന്ദന് അഞ്ഞൂറ്

രൂപ കൊടുക്കാനുണ്ട്. ഈ എൺപതുരൂപകൊണ്ട് കടം വീട്ടാവുന്ന സമയം അടുത്തുവന്നതായി തോന്നി. ആഗ്രഹം ചതിക്കുമായിരുന്നു. അവിചാരിതമായി അയാളുടെ ഇളയമകന് രോഗം പിടിപെട്ട് തുടർച്ചയായി നാലുമാസം രോഗിയായി കഴിഞ്ഞു. ചില്ലറ ചില്ലറകളായി സമ്പാദിച്ചു വച്ച പണം മുഴുവൻ മരുന്നുകൾക്കുവേണ്ടി ചെലവായി. പണ്ഡിത് ശാദീരാം രണ്ടു കൈകൊണ്ടും തലയ്ക്കടിച്ചു. ഇപ്പോൾ വീണ്ടും നാലുപാടും അന്ധകാരമായി. അതിന് പ്രകാശത്തിന്റെ നേരിയ കിരണം പോലും കാണപ്പെട്ടില്ല. അയാൾ ദീർഘമായി നിശ്വസിച്ചുകൊണ്ട് ആലോചിച്ചു. ഈ കടത്തിൽനിന്നും ഒരിക്കലും തലയൂരാൻ പറ്റുകയില്ലേ?

ലാലാ സദാനന്ദ് തന്റെ പുരോഹിതവൃത്തിയുടെ പ്രയാസങ്ങൾ അറിയുന്നുണ്ടായിരുന്നു. അദ്ദേഹം പണം കൊടുക്കാനുള്ള പ്രയാസത്തിനുവേണ്ടി ആഗ്രഹിച്ചിരുന്നില്ല. കൊടുത്ത തുകയെപ്പറ്റി തീരെ പരിഗണിച്ചിരുന്നില്ല. അദ്ദേഹം ഒരിക്കലും പണത്തിനുവേണ്ടി നിർബന്ധിച്ചിട്ടില്ല. ശാദീരാമിനോട് ഈ വിഷയത്തെപ്പറ്റി സംസാരിക്കുകപോലും ചെയ്യാറില്ല. താൻ ശാദീരാമിന് പണം കൊടുക്കാനുണ്ട് എന്ന ഭയമായിരുന്നു അദ്ദേഹത്തിന്. എന്നാൽ ശാദീരാമിന്റെ ഹൃദയം എപ്പോഴും അസ്വസ്ഥമാണ്. അയാൾ ആലോചിക്കും. ലാലാ സദാനന്ദ് എത്ര നല്ല മനസുള്ള ആളാണ്. തന്റെ പണത്തെപ്പറ്റി എന്നോട് സംസാരിക്കുകപോലുമില്ല. അദ്ദേഹം ഒന്നും ചെയ്യുന്നില്ല എന്നുള്ളതു ശരിയാകണം. എന്നാൽ ഇതിന്റെ അർഥം ഞാനും നിശ്ചിന്തനായിരുന്നുകൊള്ളണമെന്നല്ല.

അയാൾക്ക് ലാലാ സദാനനന്ദന്റെ മുമ്പിൽ തല ഉയർത്താൻ തന്നെ ധൈര്യമുണ്ടാകാറില്ല. കടത്തിന്റെ ഭാരം അയാളുടെ ശിരസ്സിനെ താഴ്ത്തിക്കളഞ്ഞിരിക്കുന്നു. ലാലാ സദാനന്ദൻ ഇതുപോലൊരു സജ്ജനത പ്രകടിപ്പിക്കുകയും ശാദീരാമിനോട് പണത്തിനുവേണ്ടി നിർബന്ധിക്കുകയും ചെയ്തുകൊണ്ടിരുന്നെങ്കിൽ അയാൾക്ക് ഇങ്ങനെ മാനസികമായ ബുദ്ധിമുട്ട് ഉണ്ടാകുമായിരുന്നില്ല. നാം അക്രമങ്ങളെ തലയുയർതി നേരിട്ടും എന്നാൽ സന്മനസുള്ളവരുടെ മുമ്പിൽ കണ്ണുകൾ ഉയരുകില്ല.

ഒരുദിവസം ലാലാ സദാനന്ദൻ എന്തോ കാര്യത്തിനായി ശാദീരാമിന്റെ വീട്ടിൽ പോയി. അയാളുടെ അലമാരിയിൽ അനേകം ബംഗാളിയിലും ഹിന്ദിയിലും ഇംഗ്ലീഷിലുമൊക്കെയുള്ള മാസികകളും പത്രികകളും കണ്ടിട്ട് ചോദിച്ചു: "ഇതെന്താ?"

പണ്ഡിത ശാദിരാം കാലിന്റെ തള്ളവിരൽകൊണ്ട് നിലം ചുരണ്ടി കുഴിച്ചുകൊണ്ടു പറഞ്ഞു: "പഴയ പത്രികകളാണ്. മൂത്തജ്യേഷ്ഠന് വായനയിൽ വലിയ താൽപ്പര്യമായിരുന്നു. മിക്കവാറും പത്രികകൾ വാങ്ങി സൂക്ഷിക്കും. ജീവിച്ചിരുന്ന കാലത്ത് ആരെയും കൈകൊണ്ടു തൊട്ടു നോക്കാൻ പോലും സമ്മതിക്കുമായിരുന്നില്ല. ഇപ്പോൾ ചെറുപ്രാണികൾ കരണ്ടു തിന്നുകയാണ്.

"പഴയ കടലാസുകൾ എന്ന നിലയിൽ എന്താ വിറ്റുകളയാത്തത്?"

"ഇവയിലെല്ലാം ചിത്രങ്ങൾ ഉണ്ട്. കുട്ടികൾ കരയാൻ തുടങ്ങുമ്പോൾ

ഒന്നുരണ്ടെണ്ണം എടുത്തു കൊടുക്കാം. അതോടെ അവരുടെ കരച്ചിൽ നിൽക്കും. "ഒന്നു പരിചയപ്പെടാൻ വേണ്ടി മൂന്നു നാലെണ്ണം കാണിച്ചു തരൂ." പണ്ഡിറ്റ് ശാദിരാം ചില ചിത്രങ്ങൾ കാണിച്ചുകൊടുത്തു. ഓരോന്നിലും പലതരം നിറംപിടിപ്പിച്ച ചിത്രങ്ങളാണ്. ലാലാ സദാനന്ദൻ കുറച്ചുനേരും തിരിച്ചും മറിച്ചും നോക്കിക്കൊണ്ടിരുന്നു. പെട്ടന്ന് അയാളുടെ മനസിൽ വിചിത്രമായ ഒരു വിചാരം ഉണർനുവന്നു. അൽപ്പമൊന്ന് ഞെട്ടിക്കൊണ്ട് പറഞ്ഞു: "പണ്ഡിത്ജി!"

"പറഞ്ഞാലും."

"ഈ ചിത്രകല സൗന്ദര്യത്തിന്റെ അത്യുത്തമ മാതൃകകളാണ്. ഏതെങ്കിലും തൽപ്പരനായ ആൾക്ക് ഇഷ്ടപ്പെട്ടാൽ ആയിരമോ രണ്ടായിരമോ രൂപ സമ്പാദിക്കാം."

പണ്ഡിത ശാദീരാം ഒരു ദീർഘനിശ്വാസത്തോടെ പറഞ്ഞു:

"അത്തരം ഭാഗ്യമുണ്ടായിരുന്നെങ്കിൽ ഇങ്ങനെ അലഞ്ഞു നടക്കേണ്ടിവരുമായിരുന്നോ?"

"ഒരു കാര്യം ചെയ്യൂ." – ലാലാസദാനന്ദൻ പറഞ്ഞു

"എന്താ?"

"ഇന്നുമുതൽ തന്നെ ഈ പത്രികകളിലുള്ള നല്ല നല്ല ചിത്രങ്ങൾ മുഴുവൻ തിരഞ്ഞെടുത്ത് വേർതിരിച്ചുവയ്ക്കുക."

"വളരെ നല്ലത്."

"ഇത് ചെയ്തുകഴിയുമ്പോൾ എനിക്കു വിവരം തരുക."

"താങ്കൾ എന്തു ചെയ്യും?"

"ഞാൻ ഇവയുടെ ഒരു ആൽബം ഉണ്ടാക്കും. എന്നിട്ട് നിങ്ങളുടെ പേരിൽ പരസ്യം കൊടുക്കും. ഏതെങ്കിലും താൽപ്പര്യമുള്ളവരുടെ കൈവശം പരസ്യം കിട്ടിയാൽ നിങ്ങൾക്ക് നാലുപൈസ സമ്പാദിക്കാം."

കരിക്കട്ടകൾക്കിടയിൽനിന്ന് വജ്രം ലഭിക്കുമെന്ന് ശാദീരാമിന് ആഗ്രഹമില്ലായിരുന്നു. ഘോരനിരാശ ആഗ്രഹങ്ങളുടെ മാർഗം നാലുഭാഗത്തുനിന്നും അടച്ചുകളഞ്ഞു. ജീവിതത്തിൽ അസാഫല്യം മാത്രം ഏറ്റുവാങ്ങുന്ന നിർഭാഗ്യവാന്മാരുടെ കൂടെയായിരുന്നു അയാൾ. സ്വർണം കൈകൊണ്ടു തൊട്ടാൽ അത് വെറും മണ്ണായിത്തീരുന്നു. തന്റെ ശ്രമം ഒരിക്കലും സഫലമാകുമെന്ന വിശ്വാസമേ ഇല്ല. എന്നാൽ ലാലാ സദാനന്ദിന്റെ ആഗ്രഹമനുസരിച്ച് പകൽ മുഴുവൻ ഇരുന്ന് ചിത്രങ്ങൾ തിരഞ്ഞെടുക്കും. മനസിൽ ഒരു ലക്ഷ്യമോ ഹൃദയത്തിൽ ആഗ്രഹമോ ഇല്ല. എന്നാൽ ലാലാസദാനന്ദിന്റെ നിർദേശത്തെ നിഷേധിക്കാൻ കഴിയുമായിരുന്നില്ല. വൈകുന്നേരമായപ്പോൾ കണ്ടത് ഒന്നിനൊന്നു മെച്ചപ്പെട്ട ഇരുന്നൂറു ചിത്രങ്ങൾ. അതു കണ്ട് സന്തോഷംകൊണ്ട് തുള്ളിച്ചാടിപ്പോയി. അയാളുടെ മുഖത്ത് ആനന്ദത്തിന്റെ ശോഭ നൃത്തംവയ്ക്കാൻ തുടങ്ങി. തോറ്റുപോയതിന്റെ പേരിൽ കരഞ്ഞ വിദ്യാർഥിക്ക് ജയിച്ച വിവരത്തിന് കമ്പികിട്ടുമ്പോഴുള്ള സന്തോഷം. ആ സമയം അവൻ എത്ര സന്തോഷിക്കും. അയാൾ നാലുപാടും വിസ്മയം നിറഞ്ഞതും സന്തു

ഷ്ടവുമായ കണ്ണുകൾകൊണ്ട് നോക്കുന്നു. ഇതായിരുന്നു പണ്ഡിത് ശാദീരാമിന്റെ അവസ്ഥ. ആ ചിത്രങ്ങളിലേക്കു നോക്കുമ്പോൾ അവയിൽ ഓരോന്നും പത്തുരൂപയുടെ നോട്ട് ആണെന്നു തോന്നി. കുട്ടികൾ ആ ഭാഗത്തേക്ക് നോക്കാൻ പോലും അനുവദിക്കുന്നില്ല. സാഫല്യത്തെപ്പറ്റിയുള്ള ഈ വിചാരത്തിൽ സാഫല്യം ലഭിച്ചതിന്റെ സന്തോഷമാണ്. എന്നാൽ സാഫല്യം എത്രയോ അകലത്തിലായിരുന്നു. ലാലാ സദാനന്ദന്റെ ആഗ്രഹം അദ്ദേഹത്തിന്റെ മസ്തിഷ്കത്തിൽ നിശ്ചിതരൂപം ധരിച്ചുകഴിഞ്ഞിരുന്നു.

ലാലാ സദാനന്ദൻ ചിത്രങ്ങളെയെല്ലാം ആൽബത്തിൽ ചേർത്തു. ഉന്നത നിലവാരമുള്ള ചില പത്രങ്ങളിൽ പരസ്യവും നൽകി. പണ്ഡിത് ശാദീരാം എപ്പോഴും തപാൽശിപായി വരുന്നതും കാത്ത് ഇരിപ്പായി. എല്ലാ ദിവസവും വിചാരിക്കും ഇന്ന് ആരുടെയെങ്കിലും കത്ത് വരും. ദിവസങ്ങൾ കൊഴിഞ്ഞു പൊയ്ക്കൊണ്ടിരുന്നു. എന്നാൽ ഒരു മറുപടിയും വന്നില്ല. രാത്രിയിൽ ആഗ്രഹങ്ങൾ നിരത്തിലെ പൊടിപോലെ അമർന്നുപോയി. എന്നാൽ അടുത്ത ദിവസം ലാലാ സദാനന്ദന് വണ്ടി ഓടുമ്പോൾ നിരത്തിൽ അമർന്നു കിടക്കുന്ന പൊടികൾ ഉയരുന്നതുപോലെ വീണ്ടും ആഗ്രഹം ഉണർന്നുവന്നു. ആശ വീണ്ടും തന്റെ തിളങ്ങുന്ന മുഖം കാണിച്ചുകൊണ്ട് വാതിൽക്കൽ വന്നുനിന്നു. തപാലിന്റെ സമയമാകുമ്പോൾ ബസാറിൽകൂടി തപാൽ ആപ്പീസിൽ എത്തും. ഇങ്ങനെ ഒരു മാസം കഴിഞ്ഞു. കത്തുകളൊന്നും വന്നില്ല. പണ്ഡിത് ശാദീരാം തികച്ചും നിരാശനായിത്തീർന്നു. എങ്കിലും ഇരുളിൽ മിന്നാമിനുങ്ങിന്റെ വെട്ടംപോലെ ചിലപ്പോഴെല്ലാം സാഫല്യത്തെപ്പറ്റിയുള്ള വിചാരമുണ്ടാകും. മിന്നാമിനുങ്ങിന്റെ ഈ വെളിച്ചം നിരാശപൂണ്ട ഹൃദയങ്ങൾക്ക് എത്ര ഹൃദയഹാരിണിയായിരിക്കും. എത്ര ജീവദായകമായിരിക്കും! ഇതിന്റെ സഹായത്താൽ വഴി തെറ്റിയ പഥികൻ ലക്ഷ്യത്തിൽ എത്തിച്ചേരാൻ ശ്രമിക്കും. കുറച്ചുനേരം അയാൾ തന്റെ ദുഃഖം മറക്കുകയും ചെയ്യും. ഈ അയഥാർഥമായ ആശയ്ക്കുള്ളിൽ യഥാർഥ പ്രകാശം ഉണ്ടാവുകയില്ല. എന്നാലും ഇത് ദൂരെ നിന്നു കേൾക്കുന്ന സംഗീതംപോലെ മനോഹരമായിരിക്കും. ഇതിൽ മഴയുടെ ആർദ്രത ഉണ്ടായാലും ഇല്ലെങ്കിലും കാർമേഘത്തിന്റെ ഇന്ദ്രജാലം ആർക്ക് തിരയാൻ കഴിയും?.

ഒടുവിൽ ശാദീരാമിന്റെ ഭാഗ്യം ഉണരുകതന്നെ ചെയ്തു. കൽക്കത്തയിലുള്ള ഒരു മാർവാഡി സേട്ടിന്റെ കത്ത് വന്നു: 'ആൽബം അയച്ചുകൊടുക്കുക, ഇഷ്ടപ്പെടുകയാണെങ്കിൽ താൻ വാങ്ങിക്കൊള്ളാം. വിലയെപ്പറ്റി ചിന്തിക്കുന്നില്ല; സാധനം നല്ലതായിരിക്കണം' ഉറങ്ങുന്ന മനുഷ്യൻ ഉണരുന്നതിനു മുമ്പ് തിരിഞ്ഞുകിടന്നിട്ട് എണീറ്റിരിക്കുന്നതുപോലെയുള്ള ഒരനുഭവം. ഇത് ഒരു പുരുഷന്റേതല്ല, ഭാഗ്യത്തിന്റെ തിരിഞ്ഞു കിടപ്പായിരുന്നു. പണ്ഡിത് ശാദീരാം ലാലാ സദാനന്ദന്റെ അടുത്തേക്ക് ഓടിയെത്തി. കത്ത് അദ്ദേഹത്തെ കാണിച്ചിട്ട് ചോദിച്ചു: "അയയ്ക്കട്ടെ?"

ലാലാ സദാനന്ദൻ കത്ത് നല്ലവണ്ണം പരിശോധിച്ചു നോക്കിയിട്ട് പറഞ്ഞു: "രജിസ്റ്റർ ചെയ്ത് അയയ്ക്കണം. താൽപ്പര്യമുള്ള ആളാണ്. വാങ്ങിക്കൊള്ളും."

"അപ്പോൾ വിലയുടെ കാര്യം?"

"ആയിരം രൂയയിൽ കുറഞ്ഞ തുകയ്ക്ക് വ്യാപാരം നടക്കുകയില്ല. എന്ന് എഴുതിക്കൊള്ളു."

കുറച്ചു ദിവസം കഴിഞ്ഞ് ശാദീരാമിന് മറുപടിയായി ഒരു കവർ കിട്ടി. പണ്ഡിത് ശാദീരാമിന്റെ കൈകാലുകൾ വിറയ്ക്കാൻ തുടങ്ങി. കൈകാലുകളെക്കാൾ കൂടുതലായി ഹൃദയമാണ് വിറയ്ക്കാൻ തുടങ്ങിയത്. പെട്ടെന്ന് അദ്ദേഹം കത്ത് തുറന്നതോടെ തുള്ളിച്ചാടാൻ തുടങ്ങി. നൂറ് രൂപയുടെ പത്ത് നോട്ടുകൾ ആയിരുന്നു കവറിനുള്ളിൽ. ആദ്യമായി അദ്ദേഹത്തിന്റെ ഭാഗ്യം ഉണർന്നതാണ്. ഇപ്പോൾ അത് പൂർണമായും ഉണർന്നു കഴിഞ്ഞു. അടുത്ത് കിടന്നിരുന്ന ഒരു പീഠത്തിൽ ഇരുന്നുകൊണ്ട് രോഗിയെ *ഭഗവദ്ഗീത* ചൊല്ലിക്കേൾപ്പിക്കുകയായിരുന്നു.

പെട്ടെന്ന് ലാലാ സദാനന്ദൻ ബോധരഹിതനായി. പണ്ഡിത് *ഗീത* ഉപേക്ഷിച്ചിട്ട് എഴുന്നേറ്റ് ചെന്ന് അദ്ദേഹത്തിന്റെ തലയ്ക്കൽ ഇരുന്നു. ഭാര്യ ചൂടുള്ള പാൽ വാങ്ങിക്കൊണ്ടു വരുന്നതിന് പുറത്തേക്ക് ഓടിപ്പോയി. അമ്മ ഭയത്തോടെ മകനെ വിളിക്കാൻ തുടങ്ങി. ഈ സമയത്ത് പണ്ഡിത് ശാദീരാമിന് രോഗിയുടെ തലയിണയുടെ താഴെ കട്ടിയുള്ള ഏതോ സാധനം തറച്ചുകൊള്ളുന്നതുപോലെ തോന്നി. തലയിണയുടെ താഴെ കൈകൊണ്ടു പരിശോധിച്ചു നോക്കി. അദ്ദേഹത്തിന്റെ ആശ്ചര്യത്തിന് അതിരില്ലായിരുന്നു. കട്ടിയുള്ള സാധനം ആൽബം ആയിരുന്നു. സേട്ട് അല്ല അത് വാങ്ങിയത്. സ്വയം ലാലാ സദാനന്ദൻ വാങ്ങിയതാണ്.

പണ്ഡിത് ശാദീരാമൻ ലാലാസദാനന്ദന്റെ കടം വീട്ടിയതിൽ വളരെ സന്തുഷ്ടനായി. എന്നാൽ കടം വീട്ടുകയല്ല, നേരത്തെയുണ്ടായിരുന്നതിന്റെ ഇരട്ടി കടം തന്റെ തലയിൽ വന്നതായി അദ്ദേഹത്തിനു തോന്നി.

ബോധരഹിതനായ യജമാനന്റെ അടുത്ത് ഇരുന്ന് ദീർഘമായി ഒന്ന് നിശ്വസിച്ചു. അതോടൊപ്പം ഈ കടം ഒരിക്കലും തീരുകയില്ലേ എന്ന് മനസുകൊണ്ട് ചിന്തിക്കുകയും ചെയ്തു.

അൽപ്പം കഴിഞ്ഞ് ലാലാ സദാനന്ദന് ബോധം വീണ്ടുകിട്ടി. അദ്ദേഹം പണ്ഡിത്ജിയുടെ കയ്യിൽ നിന്ന് ആൽബം പിടിച്ചു വാങ്ങിയിട്ട് മെല്ലെ പറഞ്ഞു: "ഈ ആൽബം ഞാൻ സേട്ടിന്റെ കൈയിൽനിന്ന് വാങ്ങിയതാണ്."

സദാനന്ദൻ കളവ് പറയുകയാണെന്ന് പണ്ഡിത്ജിക്ക് അറിയാമായിരുന്നു. എന്നാൽ അദ്ദേഹം മുമ്പത്തേതിലും കൂടുതലായി അദ്ദേഹത്തെ ഒരു നല്ല മനുഷ്യനായും കൂടുതൽ ഉപകാരിയായും എത്രയോ ഉന്നതനായും കരുതാൻ തുടങ്ങി.

മോഹൻ രാകേഷ്

സ്വാതന്ത്ര്യാനന്തര ഹിന്ദിസാഹിത്യത്തിൽ ഉണ്ടായിട്ടുള്ള നവീന പ്രവണതകളിൽ ഗണനീയമായ സംഭാവന ചെയ്ത എഴുത്തുകാരനാണ് മോഹൻ രാകേഷ്. അദ്ദേഹത്തിന്റെ കഥകളിൽ ഭാരതത്തിന്റെ മാറിക്കൊണ്ടിരിക്കുന്ന നഗരജീവിതത്തിന്റെ യഥാർഥ ചിത്രം വായനക്കാരെ ആകർഷിക്കും. യഥാതഥവാദവുമായി ബന്ധപ്പെട്ട അദ്ദേഹത്തിന്റെ രചനകളിൽ ജീവിതത്തെ സൂക്ഷ്മമായി നിരീക്ഷിക്കുന്ന പ്രവണത എടുത്തുപറയേണ്ടതാണ്.

അപരിചിതർ എന്ന കഥയിൽ തീവണ്ടിയുടെ ഒരു കമ്പാർട്ട്മെന്റിൽ വച്ച് അവിചാരിതമായി കണ്ടുമുട്ടിയ അപരിചിതരായ ഒരു പുരുഷന്റെയും സ്ത്രീയുടെയും സംഭാഷണങ്ങളിൽ കൂടി ദാമ്പത്യജീവിതത്തിലെ ജടിലതകളും പൊരുത്തക്കേടുകളും അവരുടെ മാനസിക സംഘർഷങ്ങളും സൂക്ഷ്മമായി ചിത്രീകരിച്ചിരിക്കുന്നു. സമൂഹത്തിൽ ഇന്നും നിലനിൽക്കുന്ന ചില ജീവിതസമസ്യകളിലേക്ക് ഈ കഥ സമർഥമായി വിരൽ ചൂണ്ടുന്നു.

9

അപരിചിതൻ

മൂടൽമഞ്ഞുമൂലം ജനവാതിലുകളുടെ ചില്ലുകൾപോലും മങ്ങിപ്പോയിരുന്നു. വണ്ടി നാൽപ്പത് മൈൽ വേഗതയിൽ ഓടുകയായിരുന്നു. ജനാലയോട് ശിരസ്സ് ചേർത്തു വച്ച് നോക്കിയാൽപോലും ഒന്നും കാണാൻ കഴിയുമായിരുന്നില്ല. എങ്കിലും ഞാൻ നോക്കാൻ ശ്രമിച്ചുകൊണ്ടിരുന്നു. ചിലപ്പോൾ വല്ല വൃക്ഷങ്ങളുടെയും നേരിയതോ കട്ടിയുള്ളതോ ആയ നിഴലുകൾ കടന്നുപോകുമ്പോൾ എന്തോ കാണാൻ കഴിഞ്ഞതിലുള്ള സന്തോഷം നോക്കിയിരുന്നു. മനസിനെ എവിടെയെങ്കിലും ഉടക്കി നിർത്താൻ ഇത് മതിയായിരുന്നു. കണ്ണുകളിൽ ഉറക്കം തീരെയില്ല. വണ്ടി എത്രദൂരം ഓടിക്കഴിഞ്ഞിട്ടാണ് എവിടെയെങ്കിലും ഒന്ന് നിൽക്കുന്നതെന്ന് അറിയില്ല. മറ്റൊന്നും കാണാൻ കഴിയാത്തപ്പോൾ എന്റെ സ്വന്തം നിഴൽ മാത്രം കാണാമായിരുന്നു. എന്റെ നിഴലിനു പുറമേ വേറെയും പ്രതിബിംബങ്ങൾ കാണുന്നുണ്ടായിരുന്നു. മുകളിലത്തെ ബർത്തിൽ കിടന്ന് ഉറങ്ങുന്ന ആളിന്റെ പ്രതിബിംബം വല്ലാതെ ഇളകുന്നുണ്ടായിരുന്നു. എതിരെയുള്ള ബർത്തിൽ ഇരിക്കുന്ന സ്ത്രീയുടെ പ്രതിബിംബം തീരെ ഉദാ

സീനമായിരുന്നു. അവരുടെ ഭാരംതൂങ്ങുന്ന കൺപോളകൾ ഒരുനിമിഷം മുകളിലേക്ക് നോക്കിയിട്ട് വീണ്ടും താഴ്ന്നുപോകുന്നത് കാണാം. ആകൃതികൾക്ക് പുറമേ പലവട്ടം പുതിയ പുതിയ ശബ്ദങ്ങളും കേൾക്കുമ്പോൾ വണ്ടി ഏതെങ്കിലും പാലത്തിന്റെ മുകളിൽക്കൂടിയാണ് അല്ലെങ്കിൽ നിര നിരയായുള്ള വീടുകളുടെ അരികിൽക്കൂടിയാണ് ഓടുന്നതെന്ന് മനസിലാകും. ഇടയ്ക്ക് പെട്ടന്ന് എൻജിനിൽ നിന്നുള്ള നിലവിളി കേൾക്കുമ്പോൾ ഇരുട്ടും ഏകാന്തതയും ഗാഢമായതായി തോന്നും.

ഞാൻ വാച്ചിൽ സമയം നോക്കി. പതിനൊന്നേകാൽ മണിയായി. എതിരെ ഇരിക്കുന്ന സ്ത്രീയുടെ കണ്ണുകൾ ഏറെ ശൂന്യമായിരുന്നു. ഇടയ്ക്കിടെ അവയിൽ ഒരു തിരപോലെ കാണാം. പെട്ടെന്ന് അത് മാഞ്ഞു പോകും. അവർ കണ്ണുകൾകൊണ്ട് കാണുകയല്ല, ആലോചിക്കുകയാണെന്നു തോന്നും. അവരുടെ കുട്ടിയെ കമ്പിളിയിൽ പൊതിഞ്ഞ് ഉറക്കിക്കിടത്തിയിരിക്കുകയാണ്. കുട്ടി ഇടയ്ക്കിടെ എന്തോ മുരളുന്നതുപോലെ കേൾക്കാം. കുട്ടിയുടെ തലയിലെ റോസ് നിറത്തിലുള്ള തൊപ്പി അഴിഞ്ഞു വീണിരിക്കുന്നു. കുട്ടി ഒന്നുരണ്ടു പ്രാവശ്യം കാലുകൾകൊണ്ട് നിലത്തടിച്ചു. ചുരുട്ടിപ്പിടിച്ച കൈകാലുകൾ ഉയർത്തിക്കാട്ടിക്കൊണ്ട് കരയാൻ തുടങ്ങി. കുട്ടിയുടെ തലയിൽ തൊപ്പി ശരിയാക്കി വച്ചിട്ട് അതിനെ കമ്പിളിയോടു കൂടി എടുത്ത് മാറോടു ചേർത്തുപിടിച്ചു.

എന്നാൽ ഇതുകൊണ്ടൊന്നും കുഞ്ഞിന്റെ കരച്ചിൽ നിന്നില്ല. അവർ അതിനെ ഓമനിക്കാനും സമാധാനിപ്പിക്കാനും ശ്രമിച്ചു. എന്നാൽ കുട്ടി കരഞ്ഞുകൊണ്ടേയിരുന്നു. സ്ത്രീ കുഞ്ഞിന്റെ ശരീരത്തിൽനിന്ന് കമ്പിളി അൽപ്പം മാറ്റിയിട്ട് അതിന് മുലപ്പാൽ കൊടുക്കാൻ തുടങ്ങി. കുഞ്ഞിനെ അവർ തന്റെ ശരീരത്തോട് ചേർത്തുപിടിച്ചു.

ഞാൻ വീണ്ടും തല ജനാലയിൽ ചേർത്തുവച്ചുകൊണ്ട് പുറത്തേക്ക് നോക്കി. ദൂരെ ദീപങ്ങളുടെ ഒരു നിരതന്നെ കാണാനുണ്ട്. ഒരുപക്ഷെ ജനവാസമുള്ള പ്രദേശമായിരിക്കും. അല്ലെങ്കിൽ ആളുകൾക്ക് സഞ്ചരിക്കാനുള്ള വഴി ആയിരിക്കും. വണ്ടി നല്ല വേഗത്തിൽ ഓടുകയായിരുന്നു. എൻജിൻ വളരെ അടുത്ത് വന്നപ്പോൾ മൂടൽമഞ്ഞിനോടൊപ്പം പുകയും ജനൽച്ചില്ലുകളിൽ കട്ടിപിടിച്ചു തുടങ്ങി. ജനവാസമുള്ള പ്രദേശമായാലും നിരത്ത് ആയാലും പുറകോട്ട് പോകുന്നതുപോലെ തോന്നി. ഗ്ലാസുകളിൽ കണ്ട പ്രിതിബിംബങ്ങൾ ഇപ്പോൾ കുറെക്കൂടി കട്ടിയുള്ളവയായി തോന്നി. സ്ത്രീയുടെ കണ്ണുകൾ അടഞ്ഞുപൊയ്ക്കൊണ്ടിരുന്നു. മുകളിലത്തെ ബർത്തിൽ കിടക്കുന്ന ആളിന്റെ കൈ ശക്തിയായി ഇളകിക്കൊണ്ടിരുന്നു. ഗ്ലാസിന്റെമേൽ എന്റെ നിശ്വാസംപതിച്ചതു മൂലം പ്രതിബിംബങ്ങൾ കുറെക്കൂടി മങ്ങിയതായി കണ്ടു. ക്രമേണ പ്രതിബിംബങ്ങൾ മാഞ്ഞുപോയി. അപ്പോൾ ഞാൻ കീശയിൽനിന്ന് തൂവാല എടുത്ത് ഗ്ലാസ്സ് നല്ലവണ്ണം തുടച്ചു.

സ്ത്രീ കണ്ണുകൾ തുറന്ന് നിർന്നിമേഷയായി നോക്കിക്കൊണ്ടിരുന്നു. അവരുടെ ചുണ്ടുകളിൽ ഒരു നേരിയരേഖ പോലെ കണ്ടു. എന്നാൽ അത്

പുഞ്ചിരി ആയിരുന്നില്ല. പുഞ്ചിരിയെക്കാൾ വ്യക്തമായി ആ രേഖയിൽ ഒരു ഗാംഭീര്യവും ക്ഷീണവും കാണാമായിരുന്നു. അത് അനായാസം പൊന്തി വന്ന ഏതോ ഓർമകളുടെ രേഖ ആയിരുന്നു. അവരുടെ നെറ്റിത്തടത്തിൽ നേരിയ ചുളി വീഴുന്നതും കാണാം.

കുട്ടി പെട്ടെന്ന് പാലുകുടി നിർത്തി. തല ഉയർത്തി പല്ലുകളില്ലാത്ത വായ് തുറന്ന് സന്തോഷസൂചകമായി ശബ്ദം പുറപ്പെടുവിച്ചുകൊണ്ട് അമ്മയുടെ മാറിടത്തിൽ ചുരുട്ടിയ മുഷ്ടികൊണ്ട് മർദ്ദിക്കാൻ തുടങ്ങി. എതിർ ദിക്കിൽനിന്ന് വന്ന ഒരു വണ്ടി വേഗത്തിൽ കടന്നുപോയപ്പോൾ കുട്ടി അൽപ്പമൊന്നു ഞെട്ടി. വണ്ടി കടന്നു പോയതോടെ വീണ്ടും ചിരിക്കാൻ തുടങ്ങി. കുട്ടിയുടെ മുഖം സുന്ദരമായിരുന്നു. തൊപ്പിയുടെ അടിയിൽനിന്ന് ചാരനിറമുള്ള മുടിയിഴകൾ പുറത്തേക്ക് കാണാമായിരുന്നു. ചെറിയ മൂക്ക്. കണ്ണുകൾ അമ്മയുടേതു പോലെ ആഴവും പരപ്പും ഉള്ളവയായിരുന്നു. അമ്മയുടെ കവിളിലും വസ്ത്രത്തിലും വിരലുകൾ അമർത്തി വലിച്ചിട്ട് എന്റെ നേരെ കണ്ണുകൾ തിരിച്ചു. കൈകൾ വായുവിൽ ഇളക്കിക്കൊണ്ട് എന്നെ നോക്കി ചിരിക്കാൻ തുടങ്ങി.

സ്ത്രീ പെട്ടന്ന് കണ്ണുകൾ തുറന്നു. ക്ഷീണിതമായ അവരുടെ കണ്ണുകൾ ഒരുനിമിഷം എന്റെ കണ്ണുകളിൽ പതിച്ചു. ആ കണ്ണുകളിൽ നിറസന്ധ്യയുടെ മുഴുവൻ നേരിയതും ഗാഢവുമായ വർണങ്ങൾ തിളങ്ങിമറിയുന്നതുപോലെയും നിമിഷത്തിന്റെ ഓരോ നൂറിലൊരംശത്തിലും മാറിമറിഞ്ഞുകൊണ്ടിരിക്കുന്നതുപോലെയും എനിക്കു തോന്നി.

കുട്ടി എന്റെ നേരെ നോക്കിക്കൊണ്ട് കൈകൾ ഇളക്കിക്കൊണ്ടിരുന്നു. ഞാൻ എന്റെ കൈ കുട്ടിയുടെ നേരെ നീട്ടിക്കൊണ്ടു പറഞ്ഞു: "വരു മോളേ.........വരൂ....?"

എന്റെ കൈ അടുത്തെത്തിയപ്പോൾ കുട്ടിയുടെ കൈകളുടെ ഇളക്കം പെട്ടെന്ന് നിന്നുപോയി. അതിന്റെ ചുണ്ടുകൾ കരയുന്ന ഭാവം വഹിച്ചു.

സ്ത്രീ കുട്ടിയുടെ ചുണ്ടുകൾ അവരുടെ ചുണ്ടുകളിൽ ചേർത്ത് ചുംബിച്ചുകൊണ്ട് പറഞ്ഞു: ‘‘മോൾ അദ്ദേഹത്തിന്റെ അടുത്ത് പോകുന്നോ?"

എന്നാൽ കുട്ടിയുടെ ചുണ്ടുകൾ വീണ്ടും കരയുന്ന മട്ടിലായി. അവൾ അമ്മയോട് ചേർന്നിരുന്നു.

"പരിചയമില്ലാത്തവരെ കണ്ടാൽ ഭയമാകും. അല്ലേ"

ഞാൻ പുഞ്ചിരിതൂകിക്കൊണ്ട് കൈകൾ പിൻവലിച്ചു. സ്ത്രീയുടെ ചുണ്ടുകൾ ഉള്ളിലേക്ക് വലിഞ്ഞു. നെറ്റി ചുളിഞ്ഞു. അവരുടെ കണ്ണുകൾ കുട്ടിയുടെ ഭൂതകാലത്തിൽ സഞ്ചരിക്കുന്നതുപോലെ തോന്നി. പെട്ടെന്ന് സ്വസ്ഥയായി അവർ പറഞ്ഞു. "ഭയമൊന്നുമില്ല. ശരിക്കു പറഞ്ഞാൽ ഇവൾക്ക് അങ്ങനെയൊരു ശീലമില്ല. ഇന്നുവരെ ഇവൾ എന്റെ കൈകളിലോ അല്ലെങ്കിൽ വേലക്കാരിയുടെ കൈകളിലോ മാത്രമേ ഇരുന്നിട്ടുള്ളു." അവർ കുട്ടിയുടെ തലയിലേക്ക് മുഖം കുനിച്ചു. കുട്ടി അവരുടെ ദേഹത്തോട് ചേർന്നിരുന്ന് ഉറക്കംതൂങ്ങാൻ തുടങ്ങി. അവൾ കണ്ണു

കൾ പൂട്ടി. സ്ത്രീ അവളുടെ നേരേ നോക്കി ചുംബിക്കാനായി ചുണ്ടുകൾ നീട്ടി. അവർ കുട്ടിയുടെ പുറത്ത് പതുക്കെ തട്ടിക്കൊണ്ടിരുന്നു. പെട്ടെന്ന് കുനിഞ്ഞ് അതിനെ വീണ്ടും ചുംബിച്ചു.

"എത്ര നല്ല കുട്ടിയാണ് എന്റെ മോൾ. പെട്ടെന്ന് ഉറങ്ങി." അവർ സ്വയം എന്നവണ്ണം പറഞ്ഞുകൊണ്ട് എന്റെ നേരെ നോക്കി. അവരുടെ കണ്ണുകളിൽ ഉദാസീനമായ ഉത്സാഹം നിറഞ്ഞുനിന്നു.

"എത്ര വയസ്സായി കുട്ടിക്ക്?" ഞാൻ ചോദിച്ചു

"പത്ത് ദിവസം കൂടി കഴിഞ്ഞാൽ നാല് മാസമാകും."

"എന്നാൽ കാഴ്ചയിൽ ഇപ്പോഴും അതിലും ചെറുതാണ്. അല്ലേ?" അവർ പറഞ്ഞു.

ഞാൻ കണ്ണുകൾകൊണ്ട് അവർ പറഞ്ഞത് ശരിയാണെന്ന് സമ്മതിച്ചു. അവരുടെ മുഖത്ത് വിശ്വാസത്തിന്റെയും ലാളിത്യത്തിന്റെയും സഹജഭാവം ദൃശ്യമായിരുന്നു.

ഞാൻ ഉറങ്ങുന്ന കുട്ടിയുടെ കവിളിൽ തലോടി. സ്ത്രീയുടെ മുഖം ഒന്നുകൂടി ഭാവപൂരിതമായി.

"നിങ്ങൾക്ക് കുട്ടികളോട് വലിയ സ്നേഹമാണെന്നു തോന്നുന്നു." അവർ പറഞ്ഞു. "എത്രകുട്ടികളുണ്ട്?"

ഞാൻ അവരുടെ മുഖത്തു നിന്ന് എന്റെ കണ്ണുകളെ പിൻവലിച്ചു. വൈദ്യുതവിളക്കിന്റെ അടുത്ത് ഏതോ പ്രാണി പറന്നു നടന്നു.

"എനിക്കോ?" ഞാൻ പുഞ്ചിരിക്കാൻ ശ്രമിച്ചുകൊണ്ട് പറഞ്ഞു: "ഇതുവരെ ഒന്നുമില്ല. എന്നാൽ...."

"അതായത്; വിവാഹം കഴിഞ്ഞു. പക്ഷെ, ഇതുവരെ കുട്ടികളില്ല." അവർ പുഞ്ചിരിതൂകി. "നിങ്ങൾ ആണുങ്ങൾ കുട്ടികൾ ഉണ്ടാകാതിരിക്കാനല്ലേ ആഗ്രഹിക്കുന്നത്?"

ഞാൻ ചുണ്ട് കോട്ടിക്കൊണ്ടു പറഞ്ഞു. "അല്ല, അങ്ങനെയൊന്നുമില്ല."

"എന്റെ ഭർത്താവ് കുട്ടിയെ ഒന്ന് തൊടുകപോലുമില്ല." അവർ പറഞ്ഞു. "എപ്പോഴെങ്കിലും രണ്ടു മിനുട്ട് നേരം എടുക്കേണ്ടിവന്നാൽ ചിലക്കാൻ തുടങ്ങും. ഇപ്പോഴാകട്ടെ ആദ്ദേഹം ഈ ബുദ്ധിമുട്ടിൽനിന്ന് രക്ഷപ്പെട്ട് വിദേശത്തേക്ക് പോയിരിക്കുകയാണ്." പെട്ടെന്ന് അവരുടെ കണ്ണുകൾ നിറഞ്ഞുതുളുമ്പി. കരച്ചിൽ വന്നതുകൊണ്ട് അവരുടെ ചുണ്ടുകൾ കുട്ടിയുടേതുപോലെ ആയിത്തീർന്നു. എന്നാൽ പെട്ടെന്ന് ചുണ്ടുകളിൽ ഉറങ്ങിക്കിടക്കുന്ന കുട്ടികളുടെ ചുണ്ടുകളിൽ കാണുന്നതുപോലെ പുഞ്ചിരി മടങ്ങിവന്നു. കണ്ണുകൾ അടച്ചു തുറന്ന് സ്വയം നിയന്ത്രിച്ചുകൊണ്ട് അവർ പറഞ്ഞു: "അദ്ദേഹം ഡോക്ടറേറ്റ് എടുക്കാൻവേണ്ടി ഇംഗ്ലണ്ടിലേക്ക് പോയിരിക്കുകയാണ്. ഞാൻ അദ്ദേഹത്തെ ബോംബെയിൽ നിന്ന് കപ്പലിൽ കയറ്റിവിട്ടിട്ട് വരികയാണ്.

.......ഏഴെട്ട് മാസത്തെ കാര്യമേയുള്ളൂ. എന്നാലും ഞാൻ അദ്ദേഹത്തിന്റെ അടുത്തേയ്ക്ക് പോകും".

അവരുടെ വ്യക്തിപരമായ കാര്യങ്ങൾ ഞാൻ എന്തിന് അറിയുന്നു എന്ന് പരാതിപ്പെടുന്ന മട്ടിൽ അവർ എന്നെ നോക്കി.

"നിങ്ങൾ ഇനി പിന്നീട് തനിയെ പോകുമോ? അതിലും നല്ലത് ഇപ്പോൾത്തന്നെ ഒരുമിച്ചു പോകുന്നതായിരുന്നില്ലേ?" ഞാൻ ചോദിച്ചു.

അവരുടെ ചുണ്ടുകൾ ചുളിഞ്ഞു. കണ്ണുകൾ വീണ്ടും അന്തർമുഖങ്ങളായി. ഏതാനും നിമിഷങ്ങൾ അവർ സ്വയം ലയിച്ചിരുന്ന് അതേ ഭാവത്തിൽ പറഞ്ഞു: "ഒരുമിച്ച് പോകാൻ പറ്റുമായിരുന്നില്ല. അദ്ദേഹത്തിന് തനിയെ പോകാനുള്ള സൗകര്യങ്ങൾ പോലും ഇല്ലായിരുന്നു. എന്നാൽ ഒരുവിധത്തിൽ ഞാൻ അദ്ദേഹത്തെ അയച്ചു. അദ്ദേഹത്തിന്റെ ഒരാഗ്രഹമെങ്കിലും സാധിച്ചുകൊടുക്കാൻ എനിക്ക് സാധിച്ചിരുന്നെങ്കിൽ എന്ന് ഞാൻ ആഗ്രഹിച്ചു. അദ്ദേഹത്തിന് പുറം രാജ്യത്തേക്ക് പോകാൻ വളരെ ആഗ്രഹമുണ്ടായിരുന്നു. ഇനിയും ഏഴെട്ട് മാസങ്ങൾകൊണ്ടു എന്റെ ശമ്പളത്തിൽ നിന്ന് മിച്ചമുണ്ടാക്കിയോ എവിടെ നിന്നെങ്കിലും കുറച്ച് കടം വാങ്ങിയോ എനിക്ക് പോകാനുള്ള ഏർപ്പാട് ചെയ്യും."

ആലോചനയിൽ മുങ്ങിയും പൊങ്ങിയും അവർ കണ്ണുകളിൽ ചൈതന്യം വരുത്തിയിട്ട് കുറച്ചുനേരം ആവലാതിയുടെ ഭാവത്തിൽ എന്നെ നോക്കി ഇരുന്നു. "മോൾ ഇപ്പോൾ ചെറിയ കുട്ടിയല്ലേ? ഏഴെട്ട് മാസം കൊണ്ട് ഇവൾ വലുതാകും. അതുവരെ കുറച്ചുകൂടി പഠിക്കും. ഞാൻ എം എ പാസാകണമെന്നാണ് അദ്ദേഹത്തിന്റെ ആഗ്രഹം. എന്നാൽ അദ്ദേഹത്തിന്റെ ആഗ്രഹങ്ങളൊന്നും സാധിച്ചു കൊടുക്കാൻ കഴിയാത്തവണ്ണം ഞാനൊരു ജീവനില്ലാത്തവളും ഒന്നിനും കൊള്ളാത്തവളും ആയിപ്പോയി. അതുകൊണ്ട് ഇത്തവണ അദ്ദേഹത്തെ അയയ്ക്കാൻ വേണ്ടി ഞാൻ എന്റെ ആഭരണങ്ങൾ മുഴുവൻ വിറ്റുകളഞ്ഞു. ഇനി എന്റെ പക്കൽ ഈ മകളല്ലാതെ വേറൊരു ധനവുമില്ല." അവൾ മകളുടെ തലയിൽ കൈകൊണ്ടു തടവിക്കൊണ്ട് നിറകണ്ണുകളോടെ അവളെ നോക്കിക്കൊണ്ടിരുന്നു.

പുറത്ത് അന്ധകാരം തന്നെ. തുടർച്ചയായി കേൾക്കുന്ന തീവണ്ടി എൻജിന്റെ ഫക് ഫക് എന്നുള്ള ശബ്ദവും. ഗ്ലാസിനോട് കണ്ണുകൾ ചേർത്തുവച്ചു നോക്കിയിട്ടും ഇരുട്ട് മാത്രമേ കാണാനുണ്ടായിരുന്നുള്ളൂ.

എന്നാൽ ആ സ്ത്രീയുടെ കണ്ണുകളിൽ ലോകം മുഴുവനുമുള്ള വാത്സല്യം നിറഞ്ഞുനിന്നിരുന്നു. കുറെ നേരത്തേക്ക് അവർ സ്വയം ചിന്തയിൽ മുഴുകിയിരുന്നു. വീണ്ടും ഒരു ദീർഘനിശ്വാസത്തോടെ അവർ കുട്ടിയെ കമ്പിളികൊണ്ട് നല്ലവണ്ണം മൂടിയിട്ട് സീറ്റിൽ തന്നെ കിടത്തി.

മുകളിലത്തെ ബർത്തിൽ കിടിക്കുന്ന ആൾ കൂർക്കം വലിക്കുന്നുണ്ടായിരുന്നു. ഒരുപ്രാവശ്യം തിരിഞ്ഞുകിടക്കാനുള്ള ശ്രമത്തിൽ അയാൾ താഴെ വീഴാൻപോയതാണ്. പെട്ടന്ന് തട്ടിക്കുടഞ്ഞ് സ്വയം നിയന്ത്രിച്ചു അൽപ്പസമയത്തിനുള്ളിൽ വീണ്ടും ശക്തിയായി കൂർക്കംവലിക്കാൻ തുടങ്ങി.

ആളുകൾക്ക് യാത്രചെയ്യുമ്പോൾ ഇതുപോലെ ഗാഢമായി ഉറങ്ങാൻ

കഴിയുമോ? സ്ത്രീ പറഞ്ഞു: “എനിക്ക് രണ്ടുരാത്രി യാത്രചെയ്യാനുണ്ടായാലും ഒരുനിമിഷം പോലും ഉറങ്ങാൻ കഴിയുകയില്ല. ഒരോരുത്തർക്ക് അവരവരുടെ ശീലം.”

“അതെ, ശീലം തന്നെ.” ഞാൻ പറഞ്ഞു: “ചിലർ എത്രയോ നിശ്ചിന്തരായി ജീവിക്കുന്നു. മറ്റു ചിലർ.....”

ചിന്തകളില്ലാതെ ജീവിക്കാൻ കഴിയുകയില്ല. അവൻ ചിരിച്ചു. അവർ ചിരിക്കുന്ന ശബ്ദം കുട്ടികളുടേതുപോലെയായിരുന്നു. ചെറിയതും തിളക്കമുള്ളവയുമായ അവരുടെ പല്ലുകൾ. ഞാനും അവരുടെ ചിരിയിൽ പങ്കുകൊണ്ടു.

“എനിക്ക് വളരെ ചീത്തയായ ഒരു സ്വഭാവമാണുള്ളത്.” അവർ പറഞ്ഞു: “ഞാൻ വേണ്ടതും വേണ്ടാത്തതുമൊക്കെ ആലോചിച്ചുകൊണ്ടിരിക്കും. ചിലപ്പോൾ ചിന്തകൾകൊണ്ട് എനിക്ക് ഭ്രാന്തുപിടിക്കുമെന്നു വരെ തോന്നിയിട്ടുണ്ട്. അദ്ദേഹം എന്നോടു പറയും ഞാൻ ആളുകളുമായി ഇടപഴകി ജീവിക്കണമെന്ന്, തുറന്ന മനസോടെ ചിരിക്കണം എന്നൊക്കെ. എന്നാൽ അദ്ദേഹത്തിന്റെ മുമ്പിൽപോലും എന്താണ് പറയേണ്ടതെന്ന് അറിയാതെ ഞാൻ നിശ്ശബ്ദയായിപ്പോകും. പിന്നെ മറ്റുള്ളവരോട് ഞാൻ അധികം സംസാരിക്കാറൊന്നുമില്ല. എന്നാൽ ഇദ്ദേഹത്തിന്റെ മുമ്പിൽ ചെന്നാൽ വായിൽ നാക്ക് ഇല്ലാത്തതുപോലെ നിശ്ശബ്ദയായിപ്പോകും. ഇപ്പോൾത്തന്നെ കണ്ടില്ലേ എന്തെല്ലാം പരസ്പരബന്ധമില്ലാത്ത കാര്യങ്ങളാണ് ഞാൻ സംസാരിക്കുന്നത്.” ഇതുപറഞ്ഞ് അവർ ചിരിച്ചു. അപ്പോൾ അവരുടെ മുഖത്ത് സങ്കോചത്തിന്റെ നേരിയ രേഖ കാണപ്പെട്ടു. നിമിഷ നേരത്തേയ്ക്ക്. അവരുടെ കണ്ണുകൾ വികസിച്ചു. വീണ്ടും കഴുത്ത് അൽപ്പം തിരിച്ചുകൊണ്ട് അവർ പറഞ്ഞു: “അദ്ദേഹം പറയും വായിൽ നാവ് ഇല്ലാത്തവരുടെ കൂടെ ഒരു ജീവിതകാലം മുഴുവൻ എങ്ങനെ കഴിച്ചുകൂട്ടും? അത്തരം മനുഷ്യരും വളർത്തുമൃഗങ്ങളും തമ്മിൽ എന്താണ് വ്യത്യാസം? അദ്ദേഹത്തിന്റെ മുമ്പിൽ സന്തുഷ്ടയാണെന്നു കാണിക്കാൻ വേണ്ടി ഞാൻ എത്ര ആഗ്രഹിക്കുന്നു. അദ്ദേഹത്തോട് എന്തെങ്കിലും സംസാരിക്കണം എന്നൊക്കെ. പക്ഷെ എല്ലാം വെറുതെയായിപ്പോകും. അപ്പോൾ അദ്ദേഹത്തിന് ദേഷ്യമുണ്ടാകും. അപ്പോൾ ഞാൻ കരഞ്ഞുപോകും. ഞാൻ കരയുന്നത് അദ്ദേഹത്തിന് തീരെ ഇഷ്ടമില്ല.”

ഇതു പറയുമ്പോൾ അവരുടെ കണ്ണുകൾ നിറഞ്ഞുതുളുമ്പി. അത് അവർ സാരിത്തുമ്പുകൊണ്ട് തുടച്ചു കളഞ്ഞു.

“ഞാൻ വളരെ ഭ്രാന്തുള്ളവളാണ്.” അവർ വീണ്ടും പറഞ്ഞു. “അദ്ദേഹം എന്നെ തടസപ്പെടുത്തുമ്പോൾ ഞാൻ വീണ്ടും കരയും. വാസ്തവത്തിൽ അദ്ദേഹം എന്നെ മനസിലാക്കുന്നില്ല. എനിക്ക് സംസാരിക്കുന്നത് ഇഷ്ടമല്ല. എന്നിട്ടും എന്തിനാണ് എന്നെ സംസാരിക്കാൻ നിർബന്ധിക്കുന്നത്.”

വീണ്ടും അവർ തല കൈകൾകൊണ്ട് താങ്ങിപ്പിടിച്ചുകൊണ്ട്

ചോദിച്ചു: “താങ്കളും ഭാര്യയോട് നിർബന്ധപൂർവം സംസാരിക്കാൻ പറയുമോ?”

ഞാൻ പുറകോട്ടു ചാഞ്ഞ് തോൾ അൽപ്പം ചരിച്ചിരുന്നു. കൈകൾ ശരീരത്തിന്റെ രണ്ടുവശങ്ങളിലും പിടിച്ചുകൊണ്ട് പറന്നുനടക്കുന്ന കീടങ്ങളെ നോക്കിക്കൊണ്ടിരുന്നു. വീണ്ടും തല അൽപ്പം വെട്ടിച്ച് അവരുടെ നേരെ നോക്കി. അവർ ഔത്സുക്യത്തോടെ എന്റെ നേരേ നോക്കിക്കൊണ്ടിരുന്നു.

“ഞാനോ?” ഞാൻ പുഞ്ചിരിക്കാൻ ശ്രമിച്ചുകൊണ്ട് പറഞ്ഞു: “എനിക്ക് പറയാനുള്ള അവസരംതന്നെ കിട്ടാറില്ല. ഞാൻ കഴിഞ്ഞ അഞ്ചുവർഷമായി ആഗ്രഹിക്കുന്നതാണ് അവർ വളരെ കുറച്ചു സംസാരിക്കണമെന്ന്. പലപ്പോഴും മനുഷ്യൻ മിണ്ടാതിരുന്നാൽ വീണ്ടും കൂടുതൽ സംസാരിക്കാൻ തുടങ്ങുമെന്നാണ് ഞാൻ മനസിലാക്കുന്നത്. കണ്ണുകളുടെ തിളക്കംകൊണ്ട് അഥവാ ചുണ്ടുകളുടെ കമ്പനംകൊണ്ട് നെറ്റിയിലെ ചുളിവുകൊണ്ട് പറയാൻ കഴിയുന്ന കാര്യത്തിന്റെ ഒരു രസം നാവുകൊണ്ട് പറയുന്ന കാര്യത്തിൽ ഉണ്ടാവുകയില്ല. ഞാൻ അവളെ ഇതുപറഞ്ഞു മനസിലാക്കാൻ ശ്രമിക്കുമ്പോൾ അവൾ വിസ്തരിച്ച് എന്നോടു പറയും കൂടുതൽ സംസാരിക്കുന്നത് മനുഷ്യന്റെ നിശ്ചലതയുള്ള തെളിവാണെന്ന്. എനിക്ക് ഇത്രയുംകാലം കൊണ്ട് എന്നെപ്പറ്റി അവർക്കുള്ള സങ്കൽപ്പം എന്താണെന്ന് മനസിലാക്കാൻ കഴിഞ്ഞിട്ടില്ല. അവൾ കോളേജിൽ ലക്ചററർ ആണ്. സ്വന്തം ശീലംകൊണ്ട് വീട്ടിലും ലക്ചർ നടത്താറുണ്ട്.”

“ഓഹ്!” അവർ അൽപസമയം രണ്ടു കൈകൾകൊണ്ടും മുഖം മറച്ച് ഇരുന്നു. വീണ്ടും പറഞ്ഞു: “ഇത് എങ്ങനെ സംഭവിക്കുന്നു എന്ന് എനിക്ക് തീരെ മനസിലാകുന്നില്ല. ഭർത്താവ് ഞാൻ പറയുന്നതൊന്നും മനസിലാക്കുന്നില്ലെന്നാണ് എന്റെ പരാതി. ഞാൻ പലതവണ അദ്ദേഹത്തിന്റെ മുടിയിൽ വിരലുകൾകൊണ്ട് ചികഞ്ഞുകൊണ്ട് അദ്ദേഹത്തോട് സംസാരിക്കാൻ ആഗ്രഹിക്കുന്നുണ്ട്. പലതവണ അദ്ദേഹത്തന്റെ കാൽമുട്ടുകളിൽ തലവച്ചുകൊണ്ട് കണ്ണടച്ചുകൊണ്ടും സംസാരിക്കാൻ ശ്രമിച്ചിട്ടുണ്ട്. എന്നാൽ, അദ്ദേഹത്തിന് അതൊന്നും ഇഷ്ടമല്ല. ഇതൊക്കെ പാവകളുടെ കളികളാണെന്നാണ് അദ്ദേഹം പറയാറുള്ളത്. എന്റെ ഭാര്യ ജീവനുള്ള ഒരു മനുഷ്യസ്ത്രീ ആയിരിക്കണം. ഞാൻ അങ്ങനെയൊരു മനുഷ്യനാകാൻ എത്ര ശ്രമിക്കുന്നു. പക്ഷെ കഴിയുന്നില്ല. അദ്ദേഹത്തിന് എന്റെ ഒരു കാര്യവും ഇഷ്ടപ്പെടാറില്ല. നിലാവുള്ള രാത്രികളിൽ വയലിൽ ഇറങ്ങി നടക്കണമെന്ന് എനിക്ക് തോന്നാറുണ്ട്. എന്നാൽ അദ്ദേഹം പറയുന്നത് ഇതൊരു മടിയുള്ളവരുടെ സ്വഭാവമാണെന്നാണ്. ഇദ്ദേഹത്തിന് ക്ലബ്ബുകളിലും സംഗീതസദസുകളിലും ഡിന്നർ പാർട്ടികളിലും പങ്കെടുക്കുന്നത് ഇഷ്ടമാണ്. ഞാനദ്ദേഹത്തന്റെ കൂടെ അവിടെ പോകുമ്പോൾ എനിക്ക് ശ്വാസംമുട്ടുന്നതുപോലെ തോന്നും. എനിക്ക് അവിടെ ഒരു മമത തോന്നാറില്ല. ഞാൻ കഴിഞ്ഞ ജന്മത്തിൽ ഒരു തവളയായിരു

ന്നു എന്നാണദ്ദേഹം പറയാറുള്ളത്. അതുകൊണ്ടാണ് ക്ലബ്ബിൽപോയി ഇരിക്കുന്നതിനെക്കാൾ തവളകളുടെ ശബ്ദം കേൾക്കുന്നത് കൂടുതൽ ഇഷ്ടപ്പെടുന്നത് എന്നൊക്കെ. ഞാൻ ഈ ജന്മത്തിലും തവളതന്നെയാണെന്ന് പറയും. മഴയത്തു കരയുന്നത് എനിക്കിഷ്ടമാണ്. അപ്പോൾ എനിക്ക് പാട്ട് അറിയില്ലെങ്കിലും എന്റെ മനസ്സ് മൂളിപ്പാട്ടുകൾ പാടാൻ തുടങ്ങും. ക്ലബ്ബുകളിൽ സിഗരറ്റിന്റെ പുകയിൽ ശ്വാസംമുട്ടി ഇരിക്കുന്നത് എനിക്ക് തീരെ ഇഷ്ടമല്ല. അവിടെ എനിക്ക് എന്റെ ജീവൻ പോകുന്നതു പോലെ തോന്നും." കുറച്ചു സമയത്തിനുള്ളിൽ അവരുടെ മുഖഭാവങ്ങളിലുണ്ടാകുന്ന മാറ്റങ്ങൾ മനസിലാക്കാൻ കഴിഞ്ഞു. അവരുടെ സംസാരം കേട്ട് എന്റെ മനസിൽ ഒരു താൽപ്പര്യമില്ലായ്മ വന്നുകൂടി. അവർ പറയുന്നതൊന്നും എന്നോടല്ല, സ്വയം പറയുകയാണെന്ന് എനിയ്ക്ക് തോന്നി. എന്റെ സാന്നിധ്യം അവർക്ക് ഒരു ഒഴികഴിവ് മാത്രമാണ്. എന്റെ താൽപ്പര്യക്കുറവും അവരെ ഉദ്ദേശിച്ചല്ല, ഞാൻ പ്രധാനമായും എന്നെപ്പറ്റിയാണ് ആലോചിച്ചുകൊണ്ടിരുന്നത്. അഞ്ചു വർഷമായി ഞാൻ വിവാഹ ജീവിതം നയിക്കാൻ തുടങ്ങിയിട്ട്. ദിവസവും ആലോചിക്കും വരാനുള്ള കാലം ജീവിതത്തിന്റെ ചട്ടക്കൂട് തന്നെ മാറ്റിയെടുക്കും എന്ന്. പുറമേ നോക്കുമ്പോൾ എല്ലാം ഭദ്രമാണ്. അതിനുള്ളിൽ ജീവിതം എത്ര കെട്ടുപിണഞ്ഞതാണ്! വിവാഹത്തിന് മുമ്പുതന്നെ ഞാൻ നിശ്ചയിച്ചിരുന്നു നളിനിക്ക് എന്നെ വിവാഹം ചെയ്യുന്നതുകൊണ്ട് ഒരു സുഖവും ഉണ്ടാകാൻ പോകുന്നില്ലെന്ന്. അവളുടെ മഹത്വകാംക്ഷകളൊന്നും നിറവേറ്റിക്കൊടുക്കാൻ എനിക്കു സാധിക്കുമായിരുന്നില്ല. അവൾ ഒരു വലിയൊരു വീടാണ് ആഗ്രഹിച്ചിരുന്നത്. അവിടെ അയാളുടെ തന്നെ ഭരണം നടക്കണം. സാമൂഹ്യജീവിതത്തിൽ മാന്യമായ സ്ഥാനം ലഭിക്കണം. തന്നെക്കാൾ കൂടുതലായി ഭർത്താവിന്റെ മാനസിക ജീവിതത്തെപ്പറ്റി അവൾ സങ്കൽപ്പിച്ചിരുന്നില്ല. എന്റെ അലഞ്ഞു തിരിഞ്ഞുള്ള നടപ്പും സാധാരണയായുള്ള മോഹവും മാനസികവൈകൃതങ്ങളും സ്വന്തം സ്വസ്ഥമായ ജീവിത ദർശനംകൊണ്ട് ദൂരീകരിക്കാൻ അവൾ ആഗ്രഹിച്ചിരുന്നു. എന്റെ തെറ്റുകൾ തിരുത്തിക്കൊണ്ട് വളരെ വേഗം എന്നെ സാമൂഹ്യമായ കാഴ്ചപ്പാടുള്ള യോഗ്യനായ ഒരു വ്യക്തിയാക്കിത്തീർക്കണം ഇതായിരുന്നു അവളുടെ ആഗ്രഹം. അവളുടെ കാഴ്ചപ്പാടിൽ ഇതെല്ലാം എന്റെ സംസ്കാരങ്ങളുടെ ദോഷമാണ്. ഞാനെപ്പോഴും അന്തർമുഖനായിട്ടാണ് കഴിഞ്ഞത്. എല്ലായിടത്തും പോയി മറ്റുള്ളവരുമായി ഇടപഴകി മുന്നോട്ടുപോകാൻ ശ്രമിച്ചിരുന്നില്ല. അവൾ ഈ പരിതഃസ്ഥിതിയെ മാറ്റിയെടുക്കാനാണ് ശ്രമിച്ചത്. എന്നാൽ മാറുന്നതിനുപകരം പരിതഃസ്ഥിതികൾ കൂടുതൽ സങ്കീർണമായിത്തീരുകയാണുണ്ടായത്. അവൾ ആഗ്രഹിക്കുന്നതൊന്നും എനിക്ക് ചെയ്യാൻ കഴിഞ്ഞിരുന്നില്ല. ഞാനാഗ്രഹിക്കുന്നതൊന്നും അവൾക്കും ചെയ്തുതരാൻ കഴിയുമായിരുന്നില്ല. ഇതുമൂലം ഞങ്ങൾ തമ്മിൽ ഇടയ്ക്കിടെ അപസ്വരങ്ങൾ ഉണ്ടാകുമായിരുന്നു. പലപ്പോഴും ചുമരുകളിൽ തലയടിക്കേണ്ട സന്ദർഭങ്ങൾ വരെ ഉണ്ടായിട്ടുണ്ട്.

എന്നാലും നളിനി വേഗംതന്നെ സ്വസ്ഥത വീണ്ടെടുക്കും. അവൾ എന്നോട് ഈരണ്ടു ദിവസങ്ങൾ കൂടുമ്പോൾ ഉണ്ടാകുന്ന ഈ സംഭവങ്ങളിൽനിന്ന് മോചനം നേടുന്നില്ല എന്ന് പരാതിപ്പെടുക പതിവാണ്. എന്നാൽ ഞാൻ ഒരിക്കലും അതിൽ നിന്നൊന്നും മോചനം നേടിയിട്ടില്ല. മാത്രമല്ല, രാത്രികാലങ്ങളിൽ മണിക്കൂറുകളോളം തലയണയിൽ മുഖം അമർത്തിവച്ചുകൊണ്ട് ഞെരങ്ങിയും മൂളിയും കഴിച്ചുകൂട്ടും. നളിനി ഇത്തരം പരസ്പരകലഹത്തെ എന്റെ ഉറക്കമിളപ്പുപോലെ അത്ര അസ്വാഭാവികമായി കരുതിയിരുന്നില്ല. അതിനു വേണ്ടി എന്തെങ്കിലും നെർവ് ടോണിക്ക് വാങ്ങി കഴിക്കാൻ നിർബന്ധിക്കുകയും ചെയ്യും. വിവാഹത്തിന് മുമ്പുള്ള രണ്ടു വർഷം ഇങ്ങനെതന്നെ കഴിഞ്ഞുപോയി. അതിനുശേഷം ഞങ്ങൾ വെവ്വേറെ സ്ഥലങ്ങളിൽ ജോലി ചെയ്യാൻ തുടങ്ങി. പ്രശ്നം അതേപടി നിലനിന്നെങ്കിലും എപ്പോഴെങ്കിലും ഞങ്ങൾ ഒത്തുചേരുമ്പോൾ അതേ പഴയ ജീവിതവും തിരിച്ചുവരും. ചിലപ്പോഴെങ്കിലും എന്റെ സാമൂഹ്യജീവിതസംസ്കാരം തീർച്ചയായും ഉദയംചെയ്യുവാനും ഞങ്ങൾ ഒരുമിച്ച് താമസിച്ച് സുഖപൂർവം വിവാഹജീവിതം കഴിച്ചു കൂട്ടാൻ സാധിക്കുമെന്നുള്ള അവളുടെ വിശ്വാസത്തിന് ഒരു കുറവും വന്നിരുന്നില്ല.

"താങ്കൾ എന്തോ ആലോചിച്ചുകൊണ്ടിരിക്കുകയാണോ?" സ്ത്രീ അവരുടെ കുട്ടിയുടെ തലയിൽ താലോടിക്കൊണ്ട് ചോദിച്ചു.

പെട്ടെന്ന് ഞാൻ സ്വയം നിയന്ത്രിച്ചു.

"അതെ. ഞാൻ നിങ്ങളുടെ കാര്യം തന്നെ ആലോചിക്കുകയായിരുന്നു. ചിലരിൽനിന്ന് കൃത്രിമമായി ശിഷ്ടാചാരം അത്ര എളുപ്പം ഉണ്ടാവുകയില്ല. നിങ്ങളും അക്കൂട്ടത്തിൽപ്പെടുമായിരിക്കും."

"എനിക്കറിയില്ല." അവർ പറഞ്ഞു. "എന്നാൽ ഒരുകാര്യം അറിയാം. ഞാൻ പരിചയമുള്ളവരുടെ ഇടയിൽ സ്വയം അപരിചിതയും അന്യയും പൊരുത്തപ്പെടാത്തവളുമായി തീരുന്നു. എനിക്ക് എന്തോ കുറവ് ഉണ്ടെന്നുതന്നെയാണ് എനിക്ക് തോന്നുന്നത്. ഇത്രയും പ്രായമായിട്ടും കുട്ടിക്കാലത്ത് തന്നെ പഠിച്ചിരിക്കേണ്ട കാര്യങ്ങൾപോലും എനിക്കറിയില്ല. അദ്ദേഹം പറയുന്നത് ഞാൻ സാമൂഹ്യമായ കാഴ്ചപ്പാടിൽ തീരെ മിസ്ഫിറ്റ് ആണെന്നാണ്."

"നിങ്ങളും അങ്ങനെയാണോ കരുതുന്നത്?" ഞാൻ ചോദിച്ചു. "ചിലപ്പോൾ അങ്ങനെ കരുതും. ചിലപ്പോൾ അതുമില്ല." അവർ പറഞ്ഞു. "ഒരു പ്രത്യേക സമൂഹത്തിൽ ഞാൻ സ്വയം മിസ്ഫിറ്റായി കരുതും. എന്നാൽ അങ്ങനെ അല്ലാത്തവരുമുണ്ട്. അവരുടെ ഇടയിൽ ചെന്നാൽ എനിക്ക് വളരെ സന്തോഷമായിരിക്കും. വിവാഹത്തിന് മുമ്പ് ഒന്നുരണ്ടു തവണ ഞാൻ കോളേജിലെ പാർട്ടിയുടെകൂടെ പർവതത്തിൽ സഞ്ചരിക്കാൻ പോയിരുന്നു. ഞാൻ ചെന്ന് ഇരിക്കുന്നത് എവിടെയാണോ ഞാനും അവിടത്തുകാരിയാണെന്ന് തോന്നിപ്പോകും. പർവതത്തിൽ കണ്ട കുട്ടികളെ ഞാൻ വളരെ ഇഷ്ടപ്പെട്ടു അവരുടെ വീടുകളിലുള്ളവരോടും വളരെ വേഗം ഞാൻ ഇണങ്ങിച്ചേർന്നു. ഒരു പർവതീയ കുടുംബത്തെപ്പറ്റി ഞാൻ

ഇപ്പോഴും ഓർക്കുന്നു. ആ കുടുംബത്തിലെ കുട്ടികളുമായി ഞാൻ വളരെ ഇണങ്ങിച്ചേർന്നു. വളരെ പ്രയാസപ്പെട്ടാണ് അവരെ വിട്ടിട്ട് അവിടെനിന്ന് പോരാൻ കഴിഞ്ഞത്. ഞാൻ ആകെ രണ്ടു മണിക്കൂർ മാത്രമേ അവരുടെ അടുത്ത് ഇരുന്നുള്ളൂ. രണ്ടുമണിക്കൂറിനുള്ളിൽ ഞാൻ അവരെ കുളിപ്പിച്ചു തോർത്തി അവരുടെ കൂടെ കളികളിൽ ഏർപ്പെട്ടു. എത്രയോ നല്ല കുട്ടികൾ ആയിരുന്നു അവർ. അവരുടെ മുഖത്ത് എന്ത് ചുവപ്പുനിറമാണ്! ഞാൻ അവരുടെ അമ്മയോട് അവരുടെ ചെറിയകുട്ടിയായ കിസ്ബുവിനെ എന്റെ കൂടെ അയയ്ക്കാൻ ആവശ്യപ്പെട്ടു. അവർ ചിരിച്ചുകൊണ്ടു പറഞ്ഞു: നിങ്ങൾ എല്ലാവരെയും കൂട്ടിക്കൊണ്ടു പൊയ്ക്കൊള്ളൂ. ഇവിടെ ഇവർക്ക് എന്ത് സുഖമാണുള്ളത്? ഇവിടെയാണെങ്കിൽ രണ്ടുകൊല്ലം കൊണ്ട് ഇവരുടെ ശരീരത്തിലെ എല്ലുകൾ പുറത്ത് വരും. അവിടെ നല്ല ഭക്ഷണമൊക്കെ കഴിച്ച് മിടുക്കന്മാരാകും." അവരുടെ വർത്തമാനം കേട്ട് എനിക്ക് കരയാൻ തോന്നി. ഞാൻ തനിയെ ആയിരുന്നെങ്കിൽ ഒരുപക്ഷെ വളരെ ദിവസം അവരോടൊപ്പം താമസിക്കുമായിരുന്നു. ഇത്തരം ആളുകളുടെ ഇടയിൽ ചെന്നാൽ എനിക്ക് വളരെ സന്തോഷമുണ്ടാകും. "ഞാനൊരു വിചിത്രപ്പെട്ടവളാണെന്ന് താങ്കൾക്കും തോന്നിയേക്കും. ഇവരൊക്കെ പറയാറുള്ളത് ഏതെങ്കിലും മനഃശാസ്ത്രജ്ഞനെകൊണ്ട് എന്നെ ഒന്ന് പരിശോധിപ്പിക്കണമെന്നാണ്. അല്ലെങ്കിൽ ഒരുദിവസം ഞാൻ ഭ്രാന്ത് പിടിപെട്ട് പർവതങ്ങളിൽ അലഞ്ഞുതിരിഞ്ഞു നടക്കുമെന്ന്."

"ഇതൊക്കെ അവനവൻ തന്നെ രൂപപ്പെടുത്തുന്നകാര്യങ്ങളാണ്." ഞാൻ പറഞ്ഞു. "എനിക്ക് ആദിമസംസ്കാരമുള്ള ആളുകളുടെ ഇടയിൽ കഴിഞ്ഞുകൂടുന്നത് വളരെ ഇഷ്ടമാണ്. എനിക്ക് ഇതുവരെ ഒരിടത്ത് ഒരു വീടുണ്ടാക്കി താമസിക്കാൻ കഴിഞ്ഞിട്ടില്ല. ഒരിക്കൽ അത് സാധിക്കുമെന്ന മോഹവുമില്ല. പർവതത്തിലെ ഗർജരന്മാരുടെ ഒരു തെരുവിൽ കഴിച്ചുകൂട്ടിയ ഒരു രാത്രി എനിക്ക് ഇപ്പോഴും ഓർമവരുന്നുണ്ട്. അന്ന് അവിടെ ഒരു വിവാഹമായിരുന്നു. രാത്രിമുഴുവൻ അവർ മദ്യം സേവിച്ചും നൃത്തം ചെയ്തും പാട്ട് പാടിയും കഴിച്ചുകൂട്ടി. ഗർജരന്മാർ വന്ന് രൂപയ്ക്കുവേണ്ടി ആളുകളെ കൊല്ലുകവരെ ചെയ്യുമെന്ന് പറഞ്ഞു കേട്ടപ്പോൾ എനിക്ക് വലിയ ആശ്ചര്യം തോന്നി."

"താങ്കൾക്ക് വാസ്തവത്തിൽ ഇത്തരത്തിലുള്ള ജീവിതം ഇഷ്ടപ്പെടുമോ?" അവർ ആശ്ചര്യവും അവിശ്വാസവും കലർന്ന സ്വരത്തിൽ ചോദിച്ചു.

"ഭ്രാന്തന്മാരായിത്തീരാനുള്ള സ്ഥാനാർഥികളുടെ കൂട്ടത്തിൽ ഒറ്റയ്ക്കല്ലെന്നുള്ളത് നിങ്ങൾക്ക് സന്തോഷമുള്ള കാര്യമായിരിക്കും." ഞാൻ ചിരിച്ചുകൊണ്ടു പറഞ്ഞു. അവരും ചിരിച്ചു. അവരുടെ കണ്ണുകൾ പെട്ടെന്ന് ഭാവനാപൂർണമായിത്തീരുന്നു. ആ ഒരുനിമിഷത്തിൽ ആ കണ്ണുകളിൽ കാരുണ്യം, ക്ഷോഭം, മമത, ആർദ്രത, ഗ്ലാനി, ധർമസങ്കടം, സ്നേഹം തുടങ്ങി എന്തെല്ലാം ഭാവങ്ങൾ കാണപ്പെട്ടു. അവരുടെ ചുണ്ടുകൾ എന്തോ പറയുന്നതിനായി വിറച്ചു. ചുണ്ടുകൾ വിറച്ചുകൊണ്ടുതന്നെയിരുന്നു.

ഞാനും നിശ്ശബ്ദനായി അവരെത്തന്നെ നോക്കിക്കൊണ്ടിരുന്നു. ഏതാനും നിമിഷത്തേക്ക് എനിക്ക് തോന്നി, എന്റെ മസ്തിഷ്കം തികച്ചും ശൂന്യമാണെന്ന്. ഞാൻ എന്താണ് പറഞ്ഞുകൊണ്ടിരുന്നത് എന്നും ഇനി എന്താണ് പറയാൻ പോകുന്നതെന്നും നിശ്ചയമില്ലാതെയായി. പെട്ടെന്ന് അവരുടെ കണ്ണുകൾ ശൂന്യങ്ങളായി. ഒരുനിമിഷം കൊണ്ട് ആ ശൂന്യത വളരെ വർദ്ധിച്ചതുകണ്ട് ഞാൻ അവരുടെ മുഖത്തുനിന്ന് കണ്ണുകൾ പിൻവലിച്ചു.

ഇലക്ട്രിക് ബൾബിനടുത്ത് പറന്നു നടന്ന കീടങ്ങൾ ബൾബിനോട് ചേർന്ന് കരിഞ്ഞുപോയി.

കുട്ടി ഉറക്കത്തിൽ പുഞ്ചിരിക്കുന്നുണ്ടായിരുന്നു.

ജനവാതിലിന്റെ ചില്ലിൽ എന്റെ മുഖംപോലും കാണാൻ പറ്റാത്ത വണ്ണം പൊടിപടലങ്ങൾ പിടിച്ച് മങ്ങിപ്പോയി.

വണ്ടിയുടെ ഗതി കുറച്ച് മന്ദഗതിയിലായി. ഏതോ സ്റ്റേഷൻ അടുത്തുണ്ടായിരിക്കും. രണ്ടുമൂന്നു ദീപങ്ങൾ വേഗത്തിൽ കടന്നുപോയി. ഞാൻ ജനവാതിലിന്റെ ഗ്ലാസ്സ് തുറന്നുവച്ചു പുറത്തുനിന്ന് വരുന്ന മഞ്ഞിൽ കുളിച്ച കാറ്റടിച്ചപ്പോൾ എന്റെ സ്നായുക്കൾ അൽപ്പം ഉണർന്നു. വണ്ടി വളരെ താഴെയുള്ള ഒരു പ്ലാറ്റ്ഫോമിൽ നിന്നു.

“ഇവിടെയെങ്ങാനും കുറച്ച് വെള്ളം കിട്ടുമോ?”

ഞാനൊന്ന് ഞെട്ടി അവരുടെ നേരേ നോക്കി. അവർ കുട്ടയിൽനിന്ന് ഒരു സ്ഫടിക ഗ്ലാസ്സ് എടുത്ത് അനിശ്ചിതമായി കയ്യിൽ വച്ചുകൊണ്ടിരിക്കുന്നു. അവരുടെ മുഖത്തെ രേഖകൾ നേരത്തെ കണ്ടതിനെക്കാൾ കൂടുതൽ സ്പഷ്ടമായിരുന്നു.

“കുടിക്കാൻ വെള്ളം വേണോ?” ഞാൻ ചോദിച്ചു.

“അതെ. വായ് ശുദ്ധമാകണം. കുടിക്കുകയും വേണം. എന്തെന്നറിയില്ല ചുണ്ടുകൾ ഒട്ടിപ്പിടിക്കുന്നതുപോലെ തോന്നുന്നു. പുറത്ത് നല്ലതണുപ്പാണ്. എന്നിട്ടും.....”

“നോക്കട്ടെ, ഇവിടെയെങ്ങാനും വല്ല കുഴലോ ടാപ്പോ വല്ലതും ഉണ്ടോ എന്ന്.”

അവരുടെ കയ്യിൽനിന്ന് ഗ്ലാസ്സ് വാങ്ങിക്കൊണ്ട് ഞാൻ പ്ലാറ്റ്ഫോമിലേക്ക് ഇറങ്ങി. എന്തൊരു സ്റ്റേഷനാണ്! ഒരിടത്തും ഒരു മനുഷ്യനെ കാണാനില്ല. താഴത്തെ പ്ലാറ്റ്ഫോമിൽ എത്തിയപ്പോൾ തണുത്ത കാറ്റടിച്ച് കൈകാലുകൾ മരവിച്ചുപോയി. ഞാൻ കോട്ടിന്റെ കോളർ ഉയർത്തിവച്ചു. പ്ലാറ്റ്ഫോറത്തിന്റെ ഇരുമ്പഴികൾക്ക് പുറത്തുകൂടി പടർന്ന് മുകളിലെത്തിയ രണ്ടുമൂന്ന് വൃക്ഷങ്ങൾ കാറ്റിൽ ശബ്ദമുണ്ടാക്കിക്കൊണ്ട് ഇളകുന്നുണ്ടായിരുന്നു. എഞ്ചിനിൽനിന്ന് പുറത്തേക്ക് സ്റ്റീം തുറന്നുവിട്ടതിന്റെ വലിയ ശബ്ദം കേൾക്കാം. ഒരുപക്ഷെ ആ വണ്ടി സിഗ്നൽ കിട്ടാത്തതുകൊണ്ട് അവിടെ നിന്നതായിരിക്കും.

അങ്ങു ദൂരെ ഏതാനും കമ്പാർട്ട്മെന്റുകളുടെ അപ്പുറത്ത് പൈപ്പ് ഉള്ളതായികണ്ടു. ഞാൻ വേഗം അവിടേക്ക് നടന്നു. ഇഷ്ടിക കൊണ്ടുള്ള

പ്ലാറ്റ്ഫോറത്തിൽ എന്റെ ചെരിപ്പിന്റെ ശബ്ദം വിചിത്രമായി തോന്നി. നടക്കുന്നതിനിടെ ഞാൻ വണ്ടിയിലേക്ക് നോക്കുന്നുണ്ടായിരുന്നു. ഒരു ജനവാതിലിൽക്കൂടിയും ഒരു മുഖം പുറത്തേക്ക് നോക്കുന്നതായി കണ്ടില്ല. ഞാൻ പൈപ്പിൽനിന്ന് ഗ്ലാസിൽ വെള്ളം നിറയ്ക്കാൻ തുടങ്ങി. അപ്പോൾ തന്നെ നേരിയ ശബ്ദത്തിൽ വിസിൽ മുഴക്കിക്കൊണ്ട് ഒരു ഞെട്ടലോടുകൂടി വണ്ടി ഇളകി. ഞാൻ വെള്ളം നിറച്ച ഗ്ലാസും കൊണ്ട് എന്റെ കമ്പാർട്ട്മെന്റിനു നേരേ ഓടി. ഓടുമ്പോൾ ഞാൻ എന്റെ പ്ലാറ്റ്ഫോം വരെ എത്തുകയില്ലെന്ന് സാധനങ്ങളൊന്നും കൈവശമില്ലാതെ രാത്രി കഴിച്ചുകൂട്ടേണ്ടിവരുമെന്നും എനിക്ക് തോന്നി. ഇതോർത്ത് ഞാൻ വേഗം ഓടാൻ തുടങ്ങി. ഒരുതരത്തിൽ കമ്പാർട്ട്മെന്റിനടുത്ത് എത്തി. വാതിൽ തുറന്നിട്ടിരുന്നു. സ്ത്രീ വാതിൽക്കൽത്തന്നെ നിൽക്കുന്നുണ്ടായിരുന്നു. അവർ കൈനീട്ടി എന്റെ കയ്യിൽനിന്ന് ഗ്ലാസ്സ് വാങ്ങി. ഫുട്ബോർഡിലേക്ക് കയറുമ്പോൾ എന്റെ കാൽ അൽപ്പമൊന്ന് വഴുതിപ്പോയി. പെട്ടന്ന് തന്നെ ഞാൻ അവിടെ ഉറച്ചു നിന്നു. എഞ്ചിൻ വേഗതകൂട്ടാനുള്ള ശ്രമത്തിൽ നേരിയ ഞെട്ടൽ ഉണ്ടാക്കിക്കൊണ്ടിരുന്നു. ഇഷ്ടികകൊണ്ടുള്ള പ്ലാറ്റ്ഫോറത്തിന്റെ സ്ഥാനത്ത് ഇപ്പോൾ താഴെ അവ്യക്തമായ താഴ്ച കാണാൻ തുടങ്ങി.

"അകത്തേക്ക് കയറിവരൂ." അവരുടെ ഈ ശബ്ദം എനിക്ക് ആശ്വാസം തോന്നി. ഫുട്ബോർഡിൽനിന്ന് ഇനിയും എങ്ങോട്ടോ പോകാന്നുണ്ടെന്നും തോന്നി. കമ്പാർട്ടുമെന്റിനുള്ളിലേക്ക് കാലൂന്നിയപ്പോഴേ എന്റെ കാൽ മുട്ടുകൾ വിറയ്ക്കുന്നുണ്ടായിരുന്നു.

എന്റെ ഇരിപ്പടത്തിൽ വന്ന് കാലുകൾ ശരിക്ക് വച്ചുകൊണ്ട് പുറകോട്ട് ചാരി ഇരുന്നു.

കുറച്ച് കഴിഞ്ഞ് കണ്ണുകൾ തുറന്നപ്പോൾ ആ സ്ത്രീ മുഖം കഴുകി വന്നതായി തോന്നി. എന്നാലും അവരുടെ മുഖത്ത് നിരാശ നിഴലിച്ചു കണ്ടു. എന്റെ ചുണ്ടുകൾ വരണ്ടിരുന്നു. എങ്കിലും ഞാൻ പുഞ്ചിരിക്കാൻ ശ്രമിച്ചു.

"എന്താ സംഗതി? നിങ്ങളുടെ മുഖം എന്താ ഇങ്ങനെ?" ഞാൻ അവരോട് ചോദിച്ചു.

"ഞാൻ എത്ര ഭാഗ്യംകെട്ടവളാണ്...." അവർ പല്ലുകൾകൊണ്ട് കീഴ്ച്ചുണ്ട് കടിച്ചു.

"എന്തുകൊണ്ട്?"

"ഞാൻ കാരണം താങ്കൾക്ക് എന്തെങ്കിലും സംഭവിച്ചിരുന്നങ്കിലോ?........."

"നിങ്ങൾ ആലോചിച്ചത് കൊള്ളാം."

"അല്ല; ഞാൻ അങ്ങനെയാണ്." അവർ പറഞ്ഞു. "ജീവിതത്തിൽ ഓരോരുത്തർക്കും ദുഃഖമേ കൊടുത്തിട്ടുള്ളൂ. "താങ്കൾക്ക് എങ്ങാനും കയറാൻ കഴിഞ്ഞിരുന്നില്ലെങ്കിൽ..... എങ്കിൽ?......."

"എങ്കിൽ?" അവർ ചുണ്ടുകൾ അൽപ്പം വളച്ചുകൊണ്ട് പറഞ്ഞു.

"എനിക്ക് അറിഞ്ഞുകൂടാ.... പക്ഷെ......"

അവർ നിശ്ശബ്ദയായി ഇരുന്നുകൊണ്ട് കണ്ണടച്ചു. അവർ വേഗത്തിൽ ശ്വാസോച്ഛ്വാസം ചെയ്യുന്നതായി ഞാൻ കണ്ടു. യഥാർഥമായ ദുഃഖത്തെ അപേക്ഷിച്ച് സങ്കൽപ്പത്തിലുള്ള ദുഃഖം എത്രയോ ആപൽക്കരമാണെന്ന് മനസിലായി. ഗ്ലാസ്സ് ഉയർത്തിവച്ചതുകൊണ്ട് ജനാലയിൽക്കൂടി തണുത്ത കാറ്റ് അടിച്ചുകൊണ്ടിരുന്നു. ഞാൻ ഗ്ലാസ്സ് വലിച്ചു താഴ്ത്തി. "നിങ്ങൾ എന്തിനാണ് വെള്ളം എടുക്കാൻ പോയത്? നിങ്ങൾ എന്തുകൊണ്ട് എന്നെ തടഞ്ഞില്ല?" അവർ ചോദിച്ചു.

അവർ ചോദിച്ചതുകേട്ട് എനിക്ക് ചിരി വന്നു. "നിങ്ങൾ തന്നയല്ലേ പറഞ്ഞത്.....!"

"ഞാൻ ഒരു മറയിയല്ലേ? എന്തും പറഞ്ഞെന്നുവരും. താങ്കൾ ആലോചിക്കേണ്ടിയിരിക്കുന്നു."

"ശരി. ഞാൻ എന്റെ തെറ്റ് സമ്മതിക്കുന്നു."

ഇതുകേട്ട് അവരുടെ വാടിയ മുഖത്ത് പുഞ്ചിരി നിഴലിച്ചു.

"നിങ്ങളും പറയും എന്തൊരു കുട്ടിയാണെന്ന്." ഉള്ളിലുള്ള ഭാവം മറച്ചുവയ്ക്കാതെ അവർ പറഞ്ഞു. "സത്യം പറയാം. എനിക്ക് ഒരു അൽപ്പം പോലും ബുദ്ധിയില്ല. ഇത്രയും പ്രായമായി. പക്ഷെ ബുദ്ധി അൽപ്പം പോലുമില്ല - സത്യം!"

ഞാൻ വീണ്ടും ചിരിച്ചു.

"നിങ്ങൾ എന്തിനാണ് ചിരിക്കുന്നത്?" അവരുടെ സ്വത്തിൽ വീണ്ടും പരാതിയുടെ സ്പർശം ഉണ്ടായി.

"എനിക്ക് ചിരിക്കുന്ന സ്വഭാവമാണുള്ളത്?" ഞാൻ പറഞ്ഞു

"ചിരിക്കുന്നത് നല്ല സ്വഭാവമല്ല."

അപ്പോഴും എനിക്ക് ചിരിക്കാൻ തോന്നി.

അവർ പരാതിനിറഞ്ഞ കണ്ണുകൾ കൊണ്ട് എന്നെ നോക്കിക്കൊണ്ടിരുന്നു.

വണ്ടിയുടെ വേഗത വർദ്ധിച്ചു. മുകളിലത്തെ ബർത്തിൽ കിടന്ന മനുഷ്യൻ പെട്ടെന്ന് പരിഭ്രമിച്ച് എണീറ്റിരുന്നുകൊണ്ട് ചുമയ്ക്കാൻ തുടങ്ങി. ചുമയുടെ ശക്തി അൽപ്പമൊന്നു കുറഞ്ഞപ്പോൾ അയാൾ കുറച്ചു നേരം കൈകൊണ്ട് നെഞ്ചിൽ അമർത്തിക്കൊണ്ടിരുന്നു. വീണ്ടും വലിയ ശബ്ദത്തിൽ ചോദിച്ചു: "എത്ര മണിയായി?" "പതിനൊന്നേ മുക്കാൽ." ഞാൻ ആ മനുഷ്യന്റെ നേരേ നോക്കിയിട്ട് പറഞ്ഞു.

പതിനൊന്നേ മുക്കാലോ? നിരാശ നിറഞ്ഞ സ്വരത്തിൽ പറഞ്ഞിട്ട് അയാൾ വീണ്ടും കിടന്നു. അൽപ്പസമയത്തിനുള്ളിൽ വീണ്ടും കൂർക്കം വിലിക്കാൻ തുടങ്ങി.

"നിങ്ങളും കുറച്ചുനേരം ഉറങ്ങിക്കൊള്ളൂ." പുറകിലേക്ക് ചാരി ഇരുന്നുകൊണ്ട് എന്തോ ആലോചിക്കുന്നതുപോലെ തോന്നി. അതോ വെറുതെ നോക്കുകയായിരുന്നോ?

"നിങ്ങൾക്ക് ഉറക്കം വരുന്നുണ്ട്. നിങ്ങൾ ഉറങ്ങിക്കൊള്ളൂ." ഞാൻ

പറഞ്ഞു.

“ഞാൻ നിങ്ങളോട് പറഞ്ഞില്ലേ, എനിക്ക് വണ്ടിയിൽ വച്ച് ഉറക്കം വരുകയില്ലെന്ന്. നിങ്ങൾ ഉറങ്ങിക്കൊള്ളു.”

ഞാൻ കിടന്നു. കമ്പിളി എടുത്തുകൊണ്ട് വളരെ നേരം മുകളിലുള്ള ബൾബിലേക്കു നോക്കി കിടന്നു. ബൾബിൽ കരിഞ്ഞ കീടങ്ങൾ പറ്റിപ്പിടിച്ചിരുന്നു.

“കമ്പിളികൂടി എടുത്തുകൊള്ളു തണുപ്പുണ്ട്.” അവർ പറഞ്ഞു.

“വേണ്ട. ഇപ്പോൾ ആവശ്യമില്ല ഞാൻ ചൂടുള്ള വസ്ത്രമാണ് ധരിച്ചിട്ടുള്ളത്.”

“എടുത്തുകൊള്ളൂ അല്ലെങ്കിൽ കുറെക്കഴിയുമ്പോൾ വിറയ്ക്കാൻ തുടങ്ങും.”

“ഏയ്. ഇല്ല വിറയ്ക്കുകയൊന്നുമില്ല. കഴുത്തുവരെ കമ്പിളികൊണ്ട് മൂടിക്കൊണ്ട് ഞാൻ പറഞ്ഞു.” കുറശ്ശെ തണുപ്പ് അടിച്ചുകൊണ്ടിരുന്നാൽ നല്ലതാണ്.?”

“ലൈറ്റ് അണയ്ക്കട്ടെ?” കുറച്ചുനേരം കഴിഞ്ഞ് അവർ ചോദിച്ചു.

“വേണ്ട. കത്തിക്കിടക്കട്ടെ.”

“വേണ്ട ഞാൻ കെടുത്താം. നല്ലവണ്ണം ഉറങ്ങിക്കൊള്ളൂ.” അവർ എണീറ്റ് ചെന്ന് ബൾബ് കെടുത്തി. ഞാൻ വളരെ നേരം ഇടുട്ടത്ത് മുകളിലേയ്ക്ക് നോക്കി കിടന്നു. പിന്നീട് എനിക്ക് ഉറക്കംവരാൻ തുടങ്ങി.

ഒരുപക്ഷേ അർദ്ധരാത്രിയും കഴിഞ്ഞിട്ടുണ്ടാകണം. തീവണ്ടി എൻജിന്റെ വലിയ ശബ്ദം കൊണ്ട് എന്റെ ഉറക്കം നഷ്ടമായി. ആ ശബ്ദത്തിന്റെ ശക്തിയിൽ എന്റെ ശരീരത്തിൽ ഒരു വിറയൽ അനുഭവപ്പെട്ടു. പിന്നിട്ടുപോന്ന ഏതോ സ്റ്റേഷനിൽ വച്ച് എൻഞ്ചിൻ മാറിയിട്ടുണ്ടായിരിക്കും.

വണ്ടി സാവധാനം ഓടാൻ തുടങ്ങി. ഞാൻ അൽപ്പം ഉയർത്തി നോക്കി. എതിരെയുള്ള സീറ്റ് കാലിയായിരിക്കുന്നു. ആ സ്ത്രീ ഏത് സ്റ്റേഷനിലാണ് ഇറങ്ങിപ്പോയതെന്ന് അറിയില്ല. ഇതോർത്ത് ഞാൻ ജനവാതിലിന്റെ ഗ്ലാസ്സ് ഉയർത്തി പുറത്തേക്ക് നോക്കി. പ്ലാറ്റ്ഫോറം വളരെ പിന്നിലായിരുന്നു. വിളക്കുകളുടെ നിരയല്ലാതെ മറ്റൊന്നും വ്യക്തമായി കാണാൻ കഴിയുമായിരുന്നില്ല. ഞാൻ വീണ്ടും ജനാലയുടെ ഗ്ലാസ്സ് വലിച്ചടച്ചു. വണ്ടിയുടെ അകത്തുള്ള വിളക്കുകൾ അണഞ്ഞു കഴിഞ്ഞിരുന്നു. വിരിപ്പിൽക്കൂടി താഴോട്ട് നിരങ്ങിച്ചെന്ന് നോക്കി. കമ്പിളിക്കു പുറമേ ഞാൻ രാജായിയുംകൂടി ഉപയോഗിച്ചിരിക്കുന്നു. അത് കമ്പിളിയുമായി നല്ലവണ്ണം ചേർത്ത് ഇട്ടിരിക്കുന്നു. ചൂടിന്റെ അനേകം വിറയൽ ഒരുമിച്ച് എന്റെ ശരീരത്തിലുണ്ടായി.

മുകളിലെ ബർത്തിൽ കിടക്കുന്ന ആൾ പഴയപടി ശക്തിയായി കൂർക്കം വലിച്ചുകൊണ്ടിരുന്നു.

10

തൊഴിലുണ്ടെങ്കിൽ

(അജ്ഞാതനാമ)

അജയനും വിജയനും ചങ്ങാതിമാരാണ്. രണ്ടുപേരും അടുത്തടുത്തുള്ള വീടുകളിലാണ് താമസം. അജയന്റെ അച്ഛൻ നാട്ടിലെ പ്രധാനിയും ജന്മിയുമാണ്. വിജയന്റെ പിതാവ് ഒരു സർക്കാർ ഉദ്യോഗസ്ഥൻ. കുട്ടിക്കാലം മുതൽതന്നെ അജയനും വിജയനും കളിച്ചതും വളർന്നതും സ്കൂളിൽ പോകുന്നതുമെല്ലാം ഒരുമിച്ചായിരുന്നു.

പഠിത്തമെല്ലാം കഴിഞ്ഞതോടെ വളരെ താമസിക്കാതെ രണ്ടുപേർക്കും സർക്കാർ ജോലിയും കിട്ടി. രണ്ടുപേരും അപ്പീസിൽ പോകുന്നതും വരുന്നതുമെല്ലാം ഒരുമിച്ചുതന്നെ. വഴിയിൽ വച്ച് രണ്ടുപേരും തമ്മിൽ പല കാര്യങ്ങളെപ്പറ്റിയും സംസാരിക്കുക പതിവാണ്. ആശയങ്ങളും അഭിപ്രായങ്ങളും കൈമാറുമ്പോൾ എന്തെങ്കിലും തർക്കമുണ്ടായാൽ പരസ്പരം തെറ്റുതിരുത്തി മുമ്പോട്ടു പോകാൻ രണ്ടുപേരും ശ്രദ്ധിച്ചിരുന്നു.

ഒരുദിവസം വൈകുന്നേരം ജോലി കഴിഞ്ഞ് ആപ്പീസിൽനിന്നു മടങ്ങിവരുമ്പോൾ വിജയൻ പറഞ്ഞു: "നമുക്ക് സ്വാതന്ത്ര്യം ലഭിച്ച് ഇത്രയും കാലമായിട്ടും നാട്ടിലെ ദാരിദ്ര്യം എന്തുകൊണ്ട് മാറുന്നില്ല?"

"അത്..... ജനങ്ങളുടെ കയ്യിൽ പണം ഉണ്ടെങ്കിലല്ലേ ദാരിദ്ര്യം ഇല്ലാതാവുകയുള്ളൂ." ഇതായിരുന്നു അജയന്റെ മറുപടി.

വിജയൻ പറഞ്ഞു: "അത് ശരിയല്ലെന്നാ എന്റെ അഭിപ്രായം. ജനങ്ങൾക്ക് ചെയ്യാൻ തൊഴിലൊന്നും ഇല്ലാത്തതുകൊണ്ടാണ് കൈയ്യിൽ പണമില്ലാതെ വരുന്നതും നാട്ടിൽ ദാരിദ്ര്യം മാറാത്തതും."

"പണമില്ലാതെ തൊഴിലുണ്ടാകുമോ" എന്നായി അജയൻ.

"പക്ഷെ പണം എങ്ങനെ ഉണ്ടാകും. സ്വന്തം കയ്യിൽ പണമില്ലാത്തവനെ ആരെങ്കിലും പണം കൊടുത്ത് സഹായിക്കണം. അല്ലേ?"

അങ്ങനെ പരസഹായംകൊണ്ട് എത്രനാൾ ജീവിക്കാൻ കഴിയും? എന്നാൽ ചെറുതാണെങ്കിലും ഒരു തൊഴിൽ ഉണ്ടെങ്കിൽ അതിൽ നിന്നു കിട്ടുന്ന വരുമാനംകൊണ്ട് കുടുംബം പുലർത്താൻ പോകും. അങ്ങനെ എല്ലാവർക്കും എന്തെങ്കിലും തൊഴിലുണ്ടായാൽ നാട്ടിലെ ദാരിദ്ര്യം ഇല്ലാതാകും. രാഷ്ട്രപിതാവായ മഹാത്മാഗാന്ധി ഊന്നൽ നൽകിയതും ഈ കാര്യത്തിലായിരുന്നു. "എല്ലാവർക്കും എന്തെങ്കിലും തൊഴിൽ ഉണ്ടായിരിക്കണം. അതുകൊണ്ടേ എൺപതു ശതമാനം വരുന്ന ദരിദ്രരായ ഗ്രാമീണ ജനങ്ങളുടെ ജീവിതം നന്നാവുകയുള്ളൂ എന്നായിരുന്നു അദ്ദേഹം പറയാറുണ്ടായിരുന്നത്." വിജയൻ പറഞ്ഞു.

"ശരി. എങ്കിൽ നമുക്ക് ഇതൊന്നു പരീക്ഷിച്ചു നോക്കാം." അജയൻ പറഞ്ഞു.

വിജയനും അത് സമ്മതമായിരുന്നു. എങ്കിൽ അജയന്റെ പരീക്ഷണം തന്നെയാകട്ടെ ആദ്യം.

"ശരി."

അടുത്ത ദിവസം രണ്ടുപേരും കൂടി പുറപ്പെട്ടു. നടന്നുനടന്ന് അടുത്ത ഗ്രാമത്തിൽ എത്തി. അവിടെ ഒരു പാവപ്പെട്ട കൃഷിക്കാരന്റെ വീട് കണ്ടു. വീട് എന്നു പറയാനൊന്നുമില്ല. ഒരു ചെറിയ കുടിൽ. കുടിലിന്റെ മുമ്പിൽ മധ്യവയസ്സ് കഴിഞ്ഞ ഒരാൾ ഇരിക്കുന്നു. അയാൾ ധരിച്ചിട്ടുള്ള വസ്ത്രം അവിടവിടെ കീറിയതും മുഷിഞ്ഞതുമായിരുന്നു. അയാളുടെ കുട്ടികൾ നഗ്നശരീരികളായി മുറ്റത്ത് മണ്ണിലും പൊടിയിലും ഓടിക്കളിക്കുന്നു.

അജയനും വിജയനും ആ കുടിലിനുമുമ്പിൽ നിന്നു. അപരിചിതരായ രണ്ടുപേർ കയറിവരുന്നതു കണ്ട് വീട്ടുകാരൻ ആദരവോടെ എഴുന്നേറ്റു.

അജയൻ അയാളെ സമീപിച്ച് പറഞ്ഞു: "നിങ്ങൾ വളരെ ദാരിദ്ര്യത്തിലാണ് കഴിയുന്നത് അല്ലേ. ഞാൻ നിങ്ങൾക്ക് കുറച്ച് പണം തരാം. അതുകൊണ്ട് നിങ്ങൾ ഈ ദാരിദ്ര്യത്തിൽനിന്ന് കരകയറാൻ ശ്രമിക്കണം." അജയൻ അയാൾക്ക് ഒരു തുക നൽകി.

അവിചാരിതമായി ലഭിച്ച ഈ സഹായത്തിൽ കൃഷിക്കാരന് അതിരറ്റ സന്തോഷമുണ്ടായി. അയാൾ ദൈവത്തിന് നന്ദി പറഞ്ഞു. അജയനെ ആശീർവദിച്ചു.

സ്നേഹിതന്മാർ രണ്ടുപേരും മടങ്ങിപ്പോയി. പ്രത്യേകിച്ച് ഒന്നും സംഭവിക്കാതെതന്നെ ഒരുവർഷം കഴിഞ്ഞു. ഒരുദിവസം വീണ്ടും അവർ ആ കൃഷിക്കാരനെ കാണാൻ പോയി. അയാളുടെ ജീവിതത്തിൽ ഒരു മാറ്റവും സംഭവിച്ചിട്ടുള്ളതായി അവർക്ക് കാണാൻ കഴിഞ്ഞില്ല. ആ മനുഷ്യൻ പഴയതുപോലെതന്നെ ഒരു കീറിയ വസ്ത്രവും ധരിച്ച് കുടിലിന്റെ മുമ്പിൽ ഇരിക്കുന്നു. നഗ്നരായ കുട്ടികൾ കുടിലിന് പുറത്ത് ഓടിക്കളിക്കുന്നു.

തന്നെ സഹായിച്ചവർ രണ്ടുപേരും വരുന്നത് കണ്ട് കൃഷിക്കാരൻ എഴുന്നേറ്റുനിന്ന് അവരെ വന്ദിച്ചു.

"എന്താ, നിങ്ങൾ ഇപ്പോഴും രക്ഷപ്പെട്ടില്ല, അല്ലേ." അജയൻ അയാ

ളോട് ചോദിച്ചു. “ഞാൻ അന്ന് തന്ന പണമൊക്കെ നിങ്ങൾ എന്തുചെയ്തു?”

മൂത്തമകൾ കല്യാണ പ്രായമായി നിൽക്കുകയായിരുന്നു. അവളെ കല്യാണം കഴിച്ചുവിട്ടു. ബാക്കികൊണ്ട് കുറച്ചുനാൾ ഭക്ഷണം കഴിച്ചു കഴിഞ്ഞുകൂടി. ഇനി എന്ത് ചെയ്യണമെന്ന് അറിയില്ല. അയാൾ പറഞ്ഞു.

അജയനും വിജയനും ഒന്നും മിണ്ടാതെ അവിടെ നിന്ന് ഇറങ്ങി നടന്നു. വിജയൻ നേരേ ബസാറിലേക്കാണ് പോയത്. ഒരു കടയിൽ കയറി രണ്ട് ചർക്കയും കുറെ പരുത്തിയും വാങ്ങി വീണ്ടും ആ കൃഷിക്കാരന്റെ കുടിലിൽ തന്നെ എത്തി. അയാൾ കൃഷിക്കാരനെയും അയാളുടെ ഭാര്യയെയും വിളിച്ച് ചർക്കയും പരുത്തിയും ഏൽപ്പിച്ചുകൊടുത്തു. ചർക്കയിൽ നൂൽ ഉണ്ടാക്കേണ്ടത് എങ്ങനെയാണെന്ന് അവർക്ക് കാണിച്ചുകൊടുത്തു. പരുത്തി തീരുമ്പോൾ വീണ്ടും വാങ്ങുന്നതിനായി പത്തു പതിനഞ്ച് രൂപയും കൊടുത്തു. “ഇനി നിങ്ങൾ ഇതുകൊണ്ട് നിങ്ങളുടെ ജീവിതം കെട്ടിപ്പടുക്കാൻ ശ്രമിക്കണം.” വിജയൻ അവരോട് പറഞ്ഞു.

കൃഷിക്കാരനും അയാളുടെ ഭാര്യയും ചർക്കയിൽ നൂല് ഉണ്ടാക്കാൻ തുടങ്ങി. അന്വേഷണത്തിൽ നൂല് ഖാദിസ്റ്റോറിൽ കൊണ്ടുപോയി കൊടുത്താൽ വിലകിട്ടുമെന്നു മനസിലായി. അവർ രണ്ടുപേരും കൂടി നൂല് ഖാദി സ്റ്റോറിൽ കൊണ്ടുപോയി കൊടുത്തു. നൂലിന്റ വില കിട്ടിയപ്പോൾ അവർക്ക് വളരെ സന്തോഷമായി. കഷ്ടിച്ച് ജീവിച്ചുപോകാം എന്നൊരു വിശ്വാസം അവർക്കുണ്ടായി.

പതിവായി നൂലുണ്ടാക്കി വിൽക്കാൻ തുടങ്ങിയപ്പോൾ അതനുസരിച്ച് പണവും കിട്ടാൻ തുടങ്ങി. ജീവിതത്തിൽ അവരുടെ ആത്മവിശ്വാസം വർദ്ധിച്ചു.

കുറെ ദിവസം കഴിഞ്ഞ് കൃഷിക്കാരൻ തനിക്ക് പരിചയമുള്ള ഒരു കടയിൽനിന്ന് വസ്ത്രം നെയ്യുന്നതിനുള്ള ഒരു യന്ത്രത്തറി കടമായി വാങ്ങി. വസ്ത്രം നെയ്യുന്ന വിദ്യയും അന്വേഷിച്ചു മനസിലാക്കി.

ഭാര്യ ചർക്കയിൽ നൂലുണ്ടാക്കും. ഭർത്താവ് തറിയിൽ വസ്ത്രങ്ങൾ നെയ്തുണ്ടാക്കും. ധോത്തി, തോർത്ത് തുടങ്ങി പലതരം വസ്ത്രങ്ങൾ അവർ നെയ്തുണ്ടാക്കാൻ തുടങ്ങി. നെയ്തുണ്ടാക്കിയ വസ്ത്രങ്ങൾ സ്വന്തം നിലയിലും ഖാദിസ്റ്റോർ വഴിയും വിൽക്കാൻ തുടങ്ങി.

കുറച്ചുകാലംകൊണ്ട് അയാളുടെ ജീവിതത്തിൽ വലിയ മാറ്റങ്ങൾ കാണാൻ തുടങ്ങി. കുടിലിൽ ഭക്ഷണത്തിനുള്ള ദാരിദ്ര്യം ഇല്ലാതായി. അയാൾക്കും ഭാര്യക്കും കുട്ടികൾക്കും ധരിക്കാൻ വസ്ത്രങ്ങളായി. ജീവിതത്തിന്റെ സന്തോഷം അവർ തിരിച്ചറിഞ്ഞു തുടങ്ങി.

വീണ്ടും വർഷം ഒന്നു കഴിഞ്ഞു. ഒരുദിവസം അജയനും വിജയനും കൂടി വീണ്ടും ആ കുടിലിന്റെ മുമ്പിൽ ചെന്നു. അവർ വരുന്നതുകണ്ട് കൃഷിക്കാരൻ പുറത്തേക്ക് ഇറങ്ങിവന്നു. അയാളുടെ മുഖത്ത് ഇപ്പോൾ സന്തോഷത്തിന്റെ തിളക്കമുണ്ട്. അയാൾ ഇപ്പോൾ കൃഷിക്കാരനല്ല. നല്ലൊരു നെയ്ത്തുകാരനാണ്.

"എന്തുണ്ട് കാരണവരെ വിശേഷം?" വിജയൻ ചോദിച്ചു.

"നല്ല വിശേഷം." അയാൾ സന്തോഷത്തോടെ കഥകൾ മുഴുവൻ അവരെ പറഞ്ഞുകേൾപ്പിച്ചു.

"യന്ത്രത്തറി വാങ്ങിയതിന്റെ കടം വീട്ടുന്നതും വീട്ടിലെ ആവശ്യങ്ങളുമൊക്കെ നെയ്ത്തിൽ നിന്ന് കിട്ടുന്ന വരുമാനംകൊണ്ട് നിർഹിച്ചു പോകുന്നു. ഇനിയും ഞങ്ങൾക്ക് ഈ വീട് ഒന്ന് നന്നാക്കണം എന്നുണ്ട്. സാറിന്റെ സഹായം കൊണ്ടാണ് ഇതെല്ലാം സാധിച്ചത്. അത് ഞങ്ങൾ ഒരിക്കലും മറക്കുകയില്ല." അയാൾ വിജയന് എല്ലാ നന്മകളും ആശംസിച്ചു.

അജയനും വിജയനും സന്തോഷത്തോടെ അവിടെനിന്ന് യാത്രപറഞ്ഞ് ഇറങ്ങി.

മടങ്ങിപ്പോകുന്ന വഴിയിൽവച്ച് വിജയൻ ചോദിച്ചു: "ഇപ്പോൾ അജയന് മനസിലായോ? ജനങ്ങൾക്ക് തൊഴിലുണ്ടെങ്കിലേ അവരുടെ കൈവശം പണമുണ്ടാകൂ. തൊഴിലെടുക്കാൻ ഉണ്ടെങ്കിലേ നാട്ടിലെ ദാരിദ്ര്യവും പട്ടിണിയും മാറുകയുള്ളൂ. എല്ലാവർക്കും എന്തെങ്കിലും തൊഴിലുണ്ടായാൽ നമ്മുടെ നാട് നന്നാകും. മനസിലായില്ലേ?"

അജയനും അക്കാര്യം തർക്കമില്ലാതെ തന്നെ സമ്മതിക്കേണ്ടിവന്നു.